चला जाणून घेऊ या!

फेंगशुई

मुळ इंग्रजी लेखिका
विजया कुमार

अनुवाद
शुभदा गोगटे

मेहता पब्लिशिंग हाऊस

All You Wanted To Know About **NUTRITION**
Edited by Dr. Savitri Ramaiah

Originally Published by Sterling Publishers Pvt. Ltd., New Delhi.
Translated in Marathi language by Swati Shah

चला जाणून घेऊ या! पोषक आहार

अनुवाद : स्वाती शहा, 'शिवप्रसाद', १ला मजला, प्लॉट नं. ४१, मित्रमंडळ सोसायटी, पर्वती, पुणे - ४११००९.

मराठी अनुवाद व प्रकाशनाचे हक्क मेहता पब्लिशिंग हाऊस, पुणे.

प्रकाशक : सुनील अनिल मेहता, मेहता पब्लिशिंग हाऊस, १९४१, सदाशिव पेठ, माडीवाले कॉलनी, पुणे - ४११०३०.

अक्षरजुळणी : एच्. एम्. टाईपसेटर्स, १११९ सदाशिव पेठ, पुणे.

मुद्रक : मुद्रा, ३८३ नारायण पेठ, पुणे - ४११०३०.

मुखपृष्ठ : मेहता पब्लिशिंग हाऊस

प्रथमावृत्ती : ऑगस्ट, २०१०/ मे, २०१२/
पुनर्मुद्रण : एप्रिल, २०१६

किंमत : ₹ ६०/-

P Book ISBN 9788184981537

All You Wanted To Know About **FENG SHUI** by VijayaKumar

Originally Published by Sterling Publishers Pvt. Ltd., New Delhi.
Translated in Marathi Language by Shubhada Gogate

चला जाणून घेऊ या! फेंगशुई

अनुवाद : शुभदा गोगटे, १२०२/बी, लिमयेवाडी,
सदाशिव पेठ, पुणे ३०

प्रकाशक : सुनील अनिल मेहता, मेहता पब्लिशिंग हाऊस, १९४१,
सदाशिव पेठ, माडीवाले कॉलनी, पुणे – ४११०३०.

मुद्रक : मुद्रा, ३८३, नारायण पेठ, पुणे – ४११०३०.

मुखपृष्ठ : मेहता पब्लिशिंग हाऊस, पुणे.

प्रकाशनकाल : एप्रिल, २००४ / एप्रिल, २००५ / डिसेंबर, २००६/
ऑगस्ट, २०११ / पुनर्मुद्रण : एप्रिल, २०१६

किंमत : ₹ ६०/-

P Book ISBN 9788177664645

प्रस्तावना

'फेंग शुई' याचा शब्दशः अर्थ आहे वारा आणि पाणी. सभोवतालच्या वातावरणात सुसंगती आणि सुसंवाद साधून सुख, समृद्धी आणि आरोग्य मिळवण्याची ती प्राचीन चिनी कला आहे. (feng-फेंग-वारा, shui-शुई-पाणी)

निसर्गातील संतुलन वृद्धींगत करण्यासाठी जल आणि वायु (पाणी व वारा) यासारख्या वातावरणातील शक्ती विश्वात योग्य त्या ठिकाणी स्थित असल्या पाहिजेत. असा चिनी लोकांचा गाढ विश्वास आहे. यिन-यांग (Yin-Yang) ही त्यांची कल्पना निसर्ग व मानव यांच्यात दुवा निर्माण करते आणि विश्वाचं नियमन करते.

Chi-की (किंवा 'ची' असाही उच्चार केला जातो) हे फेंग शुईमधलं सर्वात महत्त्वाचं तत्त्व आहे. 'की' विश्वात सर्वत्र पसरलेली असते. वनस्पतींच्या वाढीला ती मदत करते, समाजात सुसंवाद निर्माण करते आणि प्राणाच्या किंवा जीवन-शक्तीच्या रूपानं शरीरात वावरते.

एखादी इमारत आणि तिच्या आतलं वातावरण कसं असावं याचा विचार आणि योजना करताना फेंग शुई आवश्यक ते ज्ञान पुरवते.

अनुक्रम

प्रस्तावना

वाचावयास सोपी अशी उपयुक्त माहिती असणारी ‘चला जाणून घेऊ या’ ही पुस्तकांची मालिका आहे. यामध्ये आरोग्याबद्दलच्या माहितींनी परिपूर्ण आणि वैद्यकशास्त्रातील तज्ज्ञांच्या सहकार्याने मिळविलेली, शरीर आरोग्याच्या अद्ययावत दृष्टिकोनाने युक्त अशी एकत्रित माहिती आहे.

या मालिकेतील प्रत्येक पुस्तक आरोग्याच्या विशिष्ट बाबींवरून तुमच्या ज्ञानात भर टाकेल. ॲलोपॅथी, ॲक्युपंक्चर, आयुर्वेद, होमिओपॅथी, निसर्गोपचार, आणि युनानी यांसारख्या अनेक उपचार-पद्धतीतून तुम्ही आवश्यक ती उपचार - पद्धती निवडण्यासाठी सक्रिय भाग घेऊ शकता.

हे पुस्तक घरगुती सल्लागाराच्या रूपात मदत करेल, पण डॉक्टरांना पर्याय म्हणून नाही. यात व्यक्त झालेल्या मतांना यामध्ये सहभागी असणाऱ्या व्यक्ती आणि प्रकाशक जबाबदार असणार नाहीत.

ओळख

अनेक आजार आणि शारीरिक तक्रारींमागे आहाराची महत्त्वाची भूमिका असते.

अन्नसेवन आणि जगण्यासाठी त्याचा वापर यांच्या समतोलाचा अंतर्भाव पोषणात असतो. योग्य पोषणामुळे शारीरिक अवयवांची वाढ, देखभाल आणि त्यांचे कार्य यांच्यातील सुरळीतपणा कायम राखला जातो.

पारंपरिक भारतीय आहारातील सामान्य अन्नगटांमध्ये धान्ये, तृणधान्ये, डाळी, फळे, भाज्या, दाणे आणि तेलबिया, तेल आणि स्निग्ध पदार्थांचा समावेश असतो. प्रत्येकाने स्वयंपाक करत असताना अन्नातील पोषणमूल्ये नष्ट होणार नाहीत याची खबरदारी घेतली पाहिजे.

कर्बोदके शरीराला ताकद पुरवितात आणि प्रथिनांना भासणाऱ्या कमतरतेला नियंत्रित करतात. त्यामुळे विषारी पदार्थ तयार होण्यापासून शरीराचे सरंक्षण करतात. कर्बोदके ही चरबीचे रूपातंर ताकदीमध्ये (ऊर्जेमध्ये) करण्यासाठीही आवश्यक असतात.

✆ +91 020-24476924 / 24460313

Email : info@mehtapublishinghouse.com
production@mehtapublishinghouse.com
sales@mehtapublishinghouse.com

Website : www.mehtapublishinghouse.com

पचेल असे आणि हितकर अन्नच खावे.

पोषक आहार आणि निसर्गोपचार

निसर्गोपचारामध्ये अनेक प्रकारचे विकार, आजार आणि आरोग्याच्या तक्रारींना आळा घालण्यासाठी उपचार म्हणूनही अन्नाची भूमिका विशेष महत्त्वाची असते. अनेक शतकांपासून आयुर्वेद तज्ज्ञही बऱ्याचशा विकारांवर उपचार म्हणून आहारातील विशेष बदल सुचवितात. जे लोक आहारातील पथ्ये काटेकोरपणे पाळतात, त्यांना अन्य औषधांची गरजही भासत नाही असेही त्यांचे मत आहे. आजारपणातही आहारातील पथ्ये पाळली नाहीत, तर कोणत्याच औषधांचा व्हावा तितका उपयोग होत नाही.

पोषण म्हणजे काय ?

आहार घेणे आणि त्याचा शारीरिक गरजांसाठी, जगण्यासाठी योग्य वापर करणे याचा संयोग म्हणजे पोषण होय. या क्रियेमध्ये शरीरातील अवयवांच्या कार्याची देखभालच नव्हे तर त्यांची वाढ आणि त्यांच्यातील घटकांची सुधारणाही असते. अन्नाची पचनक्रिया, शोषण आणि नको असणाऱ्या टाकाऊ पदार्थांचे निष्कासन (विल्हेवाट) या सर्व गुंतागुंतीच्या प्रक्रियेतून गेल्याशिवाय शरीराला अन्नामधून ताकद मिळणार नाही. तुम्ही योग्य त्या प्रमाणात आणि योग्य तेवढा आहार घेतलात तरी वरील एक किंवा अनेक घटकांची कार्यपद्धती योग्य त्या पद्धतीने होत नसेल, तर आरोग्य सुरळीत राहणार नाही.

अन्नातील पोषक घटक कोणते?

अन्नामध्ये पाच प्रकारचे प्रमुख पोषक घटक असतात जे विविध कार्यांच्या भूमिकेसाठी आणि जगण्यासाठी जीवनावश्यक असतात. यामध्ये

कर्बोदके

प्रथिने

फॅटस् (चरबी)

जीवनसत्त्वे आणि

खनिजांचा समावेश असतो. हे सर्व पोषक घटक हे अन्नातून मिळविले जातात. नेहमीच्या रोजच्या साध्या आहारामध्ये तृणधान्ये, डाळी, कडधान्ये, बिया, तेल, भाज्या, फळे, दूध आणि दुग्धजन्यपदार्थ या घटकांचा विविध प्रमाणात समावेश असतो.

योग्य आहाराचा तक्ता

सकाळी ६ वा. : दोन ते तीन ग्लास साधे गार पाणी, ज्यायोगे (मलमूत्र) विसर्जन होईल.

सकाळी ८ वा. : खालील कोणत्याही गटातील रसयुक्त (रसपूर्ण) अन्न.

गट १ ला : आम्लयुक्त फळे

गट २ रा : आम्लयुक्त आणि तत्सम फळे

गट ३ रा : गोड फळे

गट ४ था : गोड फळे आणि तत्सम फळे

सकाळी ११ वा : तुम्हाला भूक लागली असेल किंवा थकवा जाणवत असेल तर फळांचा रस प्यावा.

दुपारी १२ वा : १ वाटी भरून सूप, भात, चपाती, भाकरी इ. पैकी एक,

१ वाटी भरून हिरवी पालेभाजी,

	२ प्रकारच्या वेगवेगळ्या फळभाज्या, वरील पदार्थांबरोबर फळे खाऊ नयेत.
दुपारी ४ वा :	कोणत्याही प्रकारचे फळ किंवा टणक सालीचे फळ
सायं. ७.३० वा :	दोन प्रकारच्या शिजविलेल्या फळभाज्या, १ वाटी डाळ, (अंदाजे ५० ग्रॅम), १ कप भाज्यांचे सूप, किंवा बिना तेला-तुपाच्या दोन ते तीन पोळ्या (प्रत्येकी वजन अंदाजे २५ ग्रॅम), दोन प्रकारच्या शिजविलेल्या भाज्या, १ कप सूप
रात्री ९ वा :	आवश्यक वाटल्यास मध घालून पाणी प्यावे.

ग्लुकोज (शर्करा) हे शरीराला ऊर्जा पुरविणारे प्रमुख रसायन आहे. हे मोनो - सॅचुराईड किंवा साधे कर्बोदक म्हणूनही ओळखले जाते. कारण, त्याचे सहजपणे ऊर्जेमध्ये रूपांतर होते. साखर, मध, गूळ ही साध्या कर्बोदकाची उदाहरणे आहेत. निसर्गोपचारामध्ये मध आणि गुळाचा वापर करण्याचा सल्ला दिला जातो. कारण, त्यात खनिजे आणि जीवनसत्त्वेही असतात. जेव्हा अनेक मोनो सॅचुराईड्स किंवा शर्करेचे अणू एकत्र येतात. तेव्हा ते पॉलीसॅचुराईडच्या रूपात आढळतात. पॉलीसॅच्युराईड्समध्ये स्टार्च हे सर्वांत महत्त्वाचे असते. यास कर्बोदकांचा साठा मानतात. जे तृणधान्ये, धान्ये, फळे, भाज्या इ. मध्ये असते. जेव्हा कर्बोदकांचे साठे वापरले जातात, तेव्हा शरीरांच्या विविध अवयवांना ऊर्जा पुरविण्याचे काम खंडित होऊ नये म्हणून त्यात शर्करेचे अणू शिल्लक राहतात. साध्या कर्बोदकांपेक्षा कर्बोदकांच्या एकत्रित साठ्याला पचण्यास अधिक वेळ लागतो. यामुळेच भुकेवर नियंत्रण ठेवण्यासाठी ते अधिक परिणामकारक असतात.

अंदाजे साठ प्रतिशत ऊर्जा ही कर्बोदकांपासून मिळविली जाते. साधारणतः कर्बोदके मिळण्याचे स्त्रोत (साधन) म्हणजे केळी, सफरचंद, द्राक्षे, खजूर, अंजीर, बेदाणे, मनुका यांसारखी फळे होय. संयुक्त कर्बोदके मिळण्याचे उत्तम स्त्रोत म्हणजे तृणधान्ये, डाळी आणि

कंदमुळे होय. निसर्गोपचारामध्ये पांढऱ्या वस्तू – अर्थात मैदा, मैद्याचे सर्व पदार्थ, पॉलिश केलेले तांदूळ आणि साखर इ. टाळण्याचे आग्रहाने सुचविले जाते. याचे प्रमुख कारण हेच असते की, अतिबारीक केलेल्या वस्तूमध्ये अर्थात मैदा आणि तांदूळामध्ये जीवनसत्त्वे व खनिजांचे प्रमाण अत्यल्प असते. साखरेमध्ये तर जीवनसत्त्वे व खनिजे नसतातच.

प्रथिने–

शरीराच्या बांधणीमध्ये महत्त्वाचे घटक असे प्रथिनांबद्दल बोलले जाते. ॲमिनो ॲसिड या पायाभूत घटकातील अनेकविध संयोगापासून ते बनते. प्रथिने तीन प्रकारची असतात. ज्यामध्ये –

सामान्य प्रथिने - जी पाण्यात मिसळतात आणि त्यांचे अमिनो ॲसिडमध्ये रूपांतर होते.

मिश्रित प्रथिने - ज्यामध्ये सामान्य प्रथिनांबरोबरच इतर रासायनिक घटकांचा संयोग असतो.

मिळविलेली प्रथिने - थकण्याच्या वेगवेगळ्या अवस्थांच्या वेळी सामान्य प्रथिने व मिश्रित प्रथिनांच्यापासून तयार होतात.

पचनाच्यावेळी अन्नातील प्रथिनांचे ॲमिनो ॲसिडमध्ये रूपांतर होते आणि ते आतड्यातून शोषले जाते. जेव्हा शरीराला प्रथिनांची

गरज असते. तेव्हा ॲमिनोॲसिड्स एकत्र येतात आणि प्रथिनांची गरज पूर्ण करतात. शुद्ध केलेली साखर, तेल आणि स्निग्ध पदार्थ सोडून इतर सर्व प्रकारच्या अन्नप्रकारात वेगवेगळ्या प्रमाणात प्रथिने असतातच. दूध, दाणे, सुकामेवा, डाळी आणि तेलबियांमध्ये सामान्यत: प्रथिने आढळतात. सोयाबीन हा उच्च दर्जाचा प्रथिने मिळण्याचा स्त्रोत आहे.

नवजात अर्भके आणि लहान मुलांच्या वाढीसाठी प्रथिने आवश्यक असतात. ज्यामुळे शरीरातील विविध यंत्रणांची देखभाल व दुरुस्ती होऊ शकते. मातेच्या पोटातील अर्भकासाठी आणि जन्मल्यानंतर मातेच्या दुधावर अवलंबून असणाऱ्या बाळासाठी प्रथिनांची आवश्यकता असते. सहसा शरीराच्या वजनाप्रमाणे एका किलोसाठी एक ग्रॅम या प्रमाणात प्रथिनांची गरज असते. याचा अर्थ असा की, जर तुमच्या शरीराचे वजन साठ किलो असेल तर तुम्हाला रोज साठ ग्रॅम प्रथिनांची गरज असते. प्रौढ व्यक्तींपेक्षा मुलांना प्रथिनांची अधिक गरज असते. साधारणत: दरदिवशीच्या उष्मांकाच्या गरजेपैकी पंचवीस ते तीस प्रतिशत हे प्रथिनांच्या आधारे मिळतात.

निसर्गोपचारांमध्ये झाडपाल्यातून मिळणाऱ्या प्रथिनांचा पुरस्कार केला जातो. कारण, त्यातून मिळणारी प्रथिने ही चांगल्या प्रकारे वापरली जातात आणि शरीराकडून स्वीकारली जातात.

जीवनसत्त्वे–

सर्वसामान्य आरोग्यासाठी थोड्या प्रमाणात आवश्यक असणारा महत्त्वाचा भाग म्हणजे जीवनसत्त्वे होय. शरीर जीवनसत्त्वे निर्माण करत नसते तर ती अन्नातूनच मिळवावी लागतात. स्वयंपाक करताना अन्न खूप वेळपर्यंत शिजत ठेवण्याने, उकडण्याने किंवा सूर्यप्रकाशात ठेवण्याने अन्नपदार्थांमध्ये असणारी जीवनसत्त्वे नष्ट होतात.

जीवनसत्त्वे ही एक तर मेदामध्ये विरघळतात किंवा पाण्यात विरघळणारी असतात. मैदात विरघळणारी अतिरिक्त अशी जीवनसत्त्वे ही शरीरात साठविली जातात, तर पाण्यात विरघळणारी जास्तीची जीवनसत्त्वे बाहेर टाकली जातात. शरीरात जास्तीप्रमाणात जीवनसत्त्वे राहिली, तर त्यामुळे अनेकविध विकार होऊ शकतात.

मेदात विरघळणाऱ्या जीवनसत्त्वांमध्ये जीवनसत्त्व अ, ड, इ, आणि के असते तर पाण्यात विरघळणाऱ्या जीवनसत्त्वांमध्ये जीवनसत्त्व ब (थायमिन) जीवनसत्त्व ब दोन (रिबोप्लेविम), नायसिन, पेंटोथेनिक ॲसिड आणि जीवनसत्त्व ब १२ (सायनोकॅबॅलामिन), बायोटिन, फॉलिक ॲसिड आणि जीवनसत्त्व क (ॲस्कॉर्बिक ॲसिड) असते.

खनिजे –

शरीराला अनैसर्गिक अशा काही वस्तूही अनेक कार्यांसाठी आवश्यक असतात. यामध्ये हाडांची रचना, दात, रक्तपेशी, शरीरातील स्त्रावांची नियमितता आणि रक्तपेशींच्या रासायनिक प्रक्रियांमध्ये मदत करणे इ. चा समावेश होतो. स्वयंपाक करताना अन्नपदार्थांवर झालेल्या प्रक्रियेने सहसा खनिजे नष्ट होत नाहीत.

कॅल्शियम, फॉस्फरस, सोडियम, पोटॅशियम, मॅग्नेशियम, क्लोराईड आणि सल्फर ही शरीरास आवश्यक असणारी मुख्य खनिजे आहेत. प्रौढ व्यक्तीस दरदिवशी अंदाजे / सुमारे शंभर मिली ग्रॅम्सपेक्षाही आधिक खनिजांची गरज असते. कोबाल्ट, कॉपर, फ्लुरॉईड, आयोडिन, आयर्न, मॅग्नेशिअम, सेलेनियम आणि झिंक या खनिजांची तुलनेने कमी प्रमाणात गरज असते. खनिजांच्या अधिक प्रमाणातील सेवनाचाही शरीरावर विपरीत परिणाम होऊ शकतो.

तक्ता क्र.१ हा निसर्गोपचारात सुचविलेला योग्य असा आहार आहे. तक्ता क्र. २ हा जीवनसत्त्वांचा स्त्रोत व त्यांचे कार्य यांचे सविस्तर विवरण आहे. तक्ता क्र.३ मध्ये शरीराच्या भागांना नियमित कार्यासाठी आवश्यक असणाऱ्या प्रमुख खनिजांचे स्त्रोत आणि त्यांची कार्ये याची माहिती आहे.

तक्ता क्र. २

सामान्य स्त्रोत आणि जीवनसत्त्वांचे कार्य

जीवनसत्त्व	सामान्यस्त्रोत	कार्य
अ	दूध, लोणी, गडद हिरव्या पालेभाज्या आणि पिवळ्या व हिरव्या फळातील कॅरोटिनचे रूपांतर शरीर 'अ' जीवनसत्त्वांमध्ये करते.	डोळ्यांतील रेटिना (दृष्टीपटलाचे) नेहमीचे कार्य सुरळीत होणे, त्याची तसेच फुप्फुसाच्या अस्तरासाठी पचनसंस्थेची स्थिती नियमित चांगली राहण्यासाठी.
ड	दुग्धजन्य पदार्थ आणि काही प्रमाणात त्वचेच्या सूर्यप्रकाशातील संयोगाने	रक्ताच्या पातळीचा धातू आणि हाडांच्या वाढीसाठी समतोल राखणे.

	‘ड’ जीवनसत्त्व तयार होते.	
इ	वनस्पती तेल आणि इतर अन्य आहार.	मेदातील मुख्य घटकांच्या जाळ्यांची हाताळणी करणे व सेलमेम्बर्ज बनविणे.
थायमिन ब	संपूर्ण धान्य, पोठे तृणधान्ये दाणे, बिया आणि कडधान्ये.	कर्बोदकांचे योग्य प्रमाणात ज्वलन होण्यासाठी.
रिबोप्लेविन ब	दूध, चीज.	पेशींच्या सर्व भागांमध्ये

		ऊर्जा पोहोचवणे आणि त्यांना निरोगी राखणे.
नायसिन, पायरीडॉक्सिन ब ६	संपूर्ण धान्य, पीठ आणि तृणधान्ये, आख्खे धान्य, दूध.	रक्तातील लालपेशी आणि रक्तवाहिन्यां--च्या देखभालीसाठी आवश्यक.
बायोटिन	दाणे, सर्व ताज्या भाज्या.	सामान्य त्वचेची देखभाल आणि वितरण व्यवस्था.

बी १२	दुग्धजन्य पदार्थ.	रक्तातील लालपेशी, बोन मॅरोची निर्मिती आणि मज्जासंस्थे-साठी आवश्यक.
क	सर्व आंबट फळे, टोमॅटो, कच्चा कोबी, बटाटे, स्ट्रॉबेरीज.	हाडांसाठी, दातांसाठी आणि दुरुस्तीसाठी--च्या पेशींसाठी.

तक्ता क्र. ३

शरीरास आवश्यक त्या मुख्य खनिजांचा सामान्य स्त्रोत व कार्य

जीवनसत्त्व	सामान्य स्त्रोत	कार्य
लोह	हिरव्या पालेभाज्या, तृणधान्ये, डाळी आणि धान्ये.	रक्तातील हिमोग्लोबिन तयार करणे, रक्तातील प्राणवायू सर्वत्र वाहून नेणे व शरीरास पुरवठा करणे.
मॅग्नेशिअम	बीन्स, मटार, तृणधान्ये, दाणे, हिरव्या पालेभाज्या.	पेशींसाठी आवश्यक, ऊर्जेशी संबंधित

		असे रक्तवाहिन्या व स्नायूंच्या कार्यासाठी.
धातू	दुग्धजन्य पदार्थ, हिरव्या भाज्या.	हाडांच्या सामान्य रचनेसाठी, दातांसाठी, रक्त गोठण्याच्या प्रक्रियेसाठी, रक्तवाहिन्यां--च्या नेहमीच्या कार्यासाठी आणि शरीरातील ऊर्जेशी संबंधित

		आवश्यक त्या यंत्रणेचे जाळे निर्माण करण्यासाठी.
फॉस्फरस	दुग्धजन्य पदार्थ, तृणधान्ये, बीन्स, मटार इ.	पेशींमध्ये शक्ती साठवणे आणि पेशींच्या कार्यक्षेत्राशी निगडित असणाऱ्या सर्व प्रतिक्रियां-साठी मुख्य घटक.
पोटॅशियम	केळी, अक्रोड, गाजर, संत्रे, अननस, द्राक्षे.	शरीरातील पेशींसाठीचे

		महत्त्वांचे खनिज, शरीरातील (स्त्रावांच्या) द्रवपदार्थांच्या समतोला-साठी आणि इतर बऱ्याचशा पेशींच्या प्रतिक्रियां-साठी.
सोडियम	फळे सोडून बहुतेक सर्व प्रकारचे अन्न.	शरीरातील स्त्रावांच्या समतोला-साठी, स्नायूंच्या लवचिकते-साठी,

		आकुंचना-साठी.
आयोडिन	आयोडाईज्ड मीठ, अननसाचा रस, लसूण, लॅटिस, (सॅलड), सीवीड.	थायरॉईड ग्लान्डस्च्या साधारण कार्यासाठी.
फ्लुरॉईड, कॉपर, झिंक (तांबे, जस्त)	पाणी, आख्खे गहू, बीन्स, मटार, दाणे.	दातांची कीड रोखण्यासाठी पेशींमधील रासायनिक द्रव्यांच्या संरचनेमध्ये आणि पेशींमध्ये ऑक्सिजनचा वापर करण्यासाठी.

अन्नाचे पचन कसे घडते?
(अन्न पचनाची क्रिया कशी होते?)

यांत्रिक आणि रासायनिक प्रक्रियांच्या परिणामत: अन्नाचे पचन होते. चार प्रकारच्या यांत्रिक प्रक्रिया पचनक्रियेमध्ये अंतर्भूत असतात. त्यामध्ये चावणे, गिळणे, पोटात मिसळून त्याचे एकत्रीकरण करणे किंवा एकजीव करणे. पचनमार्गाचे आकुंचन करणे, पाचकरस आणि पाण्याबरोबर अन्नाचे एकत्रीकरण मिसळून त्याचे सामान्य रूपात रूपांतर करणे, अनेक पाचक घटक ज्यामुळे रासा यनिक क्रिया वाढते आणि योग्य प्रकारे ही द्रव्ये लाळ, आंत्ररस, पित्तरस, आम्लपित्त (जो जठरांतून उत्सर्जित झालेला असतो) आणि पाचकरस (जो स्वादुपिंड आणि लहान आतड्यातील जे रस असतात त्यांचा एकत्र संयोग असतो.) पुढे पचनक्रियेची मुखातील, पोटातील आणि आतड्यातील कार्यपद्धती दिलेली आहे.

मुख –

चावण्याच्या क्रियेमुळे, अन्नाचे चर्वण केल्याने त्याचे लहान

लहान भाग होऊन त्यांचे लाळग्रंथीतून उत्पन्न झालेल्या लाळेमध्ये मिश्रण होते. सर्वात मोठ्या लाळग्रंथी गालामध्ये असतात. बाकीच्या जीभेच्या खाली आणि घशामध्ये असतात. अन्नाकडे पाहण्याने, वासाने आणि कधी-कधीतर फक्त विचारांनी लाळग्रंथी उत्तेजित होतात आणि तोंडाला पाणी सुटते. लाळेमध्ये पचनास आवश्यक द्रव्ये असतात. प्रामुख्याने कर्बोदकांवर त्यांचा परिणाम होतो. चर्वणाने अन्नाचे लहानलहान तुकड्यांमध्ये आणि नंतर अन्नाच्या लहान कणांमध्ये रूपांतर होते आणि त्या द्रव्यामध्ये अन्नाचा संयोग आधिक चांगल्या प्रकारे होतो. कर्बोदकांची पचनक्रिया ही बऱ्याचअंशी मुखातच पूर्ण होते.

पोट –

आपण जेव्हा लाळमिश्रित अन्न गिळतो तेव्हा ते अन्ननलिकेतून पोटात जाते आणि पोटात यांत्रिक व रासायनिक प्रक्रिया होऊन अन्न पचन होते. पोट साधारणत: आठ इंच लांब असते. त्यामध्ये जास्ती अन्न सुद्धा मावू शकते. जेवत असताना पोटात जाठररस उत्पन्न होत असतो. या जाठररसामध्ये कफासारखे श्लेष्म पदार्थ, आम्ल व अन्य रसायने असतात या श्लेष्म पदार्थांमुळे पोटातील आतील बाजूंना वंगणासारखे आवरण मिळते, जे पोटाची अन्नामुळे काही हानी

होण्यापासून बचाव करते. तसेच पोटात उत्पन्न होणाऱ्या आम्लासही मज्जाव करते. पोटातील आम्लाची तीन प्रमुख कार्ये असतात. यामध्ये –

१. अन्नात असणाऱ्या जंतूंचा नाश करणे (जंतूंना नष्ट करणे) आणि त्यांच्याविरुद्ध संरक्षक योद्ध्याची भूमिका बजावणे.

२. प्रथिनांना पचण्यासाठी हलके बनविणे

३. पेप्सिन नावाच्या पाचकरसाच्या उत्सर्जन कार्यासाठी आम्लाचे माध्यम पुरविणे. पेप्सिन प्रथिनांना लहानलहान भागात पसरविते आणि काही अंशी पचविते. रेनीन नावाच्या एन्झाइमच्या साहाय्याने पोटातील दुधाचे पचनकार्य सुरळीत होते. कर्बोदकांचे आणि मेदाचे पचन फार थोड्या प्रमाणात पोटात होते.

पोटामधील पचनाच्या क्रियेच्या शेवटी कमी पचलेले अन्न हे सेमी सॉलिड बनते आणि या अवस्थेत ते लहान आतड्यामध्ये जाते.

लहान आतडे –

ही घट्टपणे गुंडाळलेली अंदाजे पाच मीटर लांबीची नलिका असते. याचे दोन प्रमुख भाग असतात. पहिला भाग ड्युंडनुम आणि दुसरा भाग इलयुम. ड्युंडनुम मध्ये अन्नाने प्रवेश करताच पित्ताशयातील पित्तरस आणि स्वादुपिंडातील पाचकरस हे ड्युंडनुम मध्ये सोडले

जातात. पित्तरस हा मेदावर चढाई करतो आणि ज्यांचं नंतर योग्य पचन होते. पाचकरसाची तीन महत्त्वाची कार्ये असतात. ती पुढीलप्रमाणे

१. अर्धवट पचलेल्या कर्बोदकांचे रूपांतर साधारण शर्करेमध्ये करणे.
२. अर्धवट पचलेल्या प्रथिनांवर प्रक्रिया करणे आणि अमायनो ॲसिडमध्ये त्याचे रूपांतर करणे.
३. मेदाचे मेदजन्य आम्लामध्ये रूपांतर करणे

ड्युंडनममध्ये पचनाची क्रिया पूर्ण होते. पचलेले अन्न मग लहान आतड्याच्या पुढील भागामध्ये इलयुममध्ये जाते. जेथे शरीराला आवश्यक असणारे पोषक घटक शोषले जातात.

इलयुम हा आतड्याचा सर्वात लांब भाग असून पोषणासाठीही जास्ती जागा व्यापतो.

विली नावाचे पुढे उंचवटे असलेले हजारो लहान लहान बेटांसारखे भाग लहान आतड्याच्या आतील भागात असतात. विलीमुळे अन्नपचनासाठीचे क्षेत्र सहाशे पटीने वाढते. विलीच्या भिंती या अतिशय पातळ असतात. त्यामुळेच पचलेले अन्न तिथून सहजासहजी पुढे जाते. विलीच्या प्रत्येक थराला रक्ताच्या अतिसूक्ष्मभागांचा भरीव पुरवठा असतो. जो पोषणास शोषून घेतो. तेवढ्या वेळेपर्यंत अन्न लहान आतड्याच्या शेवटच्या भागापर्यंत पोहोचते. या पचनमार्गातील

वेगवेगळ्या प्रकारच्या सतरा एन्झाईम्सनी त्याच्यावर कार्य केलेले असते. यापैकी दहा एन्झाइम्स ही प्रथिनांचा समाचार घेतात. सहा कर्बोदकांना पचवतात आणि फक्त एकच मेदावर कार्य करते. एन्झाइम हे लहानलहानशा रासायनिक दातासारखे असतात. मोठ्या अन्नाच्या भागांमधील लहानलहान तुकड्यांचा चावा घेतात. हे लहान कण आतड्यांमध्ये पाचकरसात तरंगतात. ज्यामुळे ते सहजतेने लहान आतड्यातील वीलीच्या पातळ भिंतीमध्ये शोषले जातात. न वापरला गेलेला अन्नाचा भाग हा मोठ्या आतड्याकडे नेला जातो. यामध्ये प्रामुख्याने भाज्यांचा चोथा असतो. मोठ्या आतड्यामध्ये बहुतेक सर्व पाणी हे शरीरामध्ये शोषले जाते. परिणामतः न वापरलेला अन्नाचा भाग हा घट्ट बनतो आणि तो शरीरातून शौचावाटे बाहेर टाकला जातो.

सामान्यतः अन्नाचे गट कोणते?

पारंपरिक भारतीय आहाराच्या सर्वसामान्य गटांचे विवेचन पुढीलप्रमाणे –

धान्ये व तृणधान्ये –

सामान्यत: सर्वपरिचित आणि भारतात वापरली जाणारी धान्ये आणि तृणधान्ये म्हणजे, तांदूळ, गहू, ज्वारी, बाजरी आणि रागी किंवा नाचणी. धान्ये ही ऊर्जेचा प्रमुख स्त्रोत असतात. त्यामध्ये पन्नास ते साठ टक्के कर्बोदके आणि सहा ते बारा टक्के प्रथिने असतात. त्यामध्ये 'ब' जीवनसत्त्व आणि चोथ्याचे प्रमाणही आधिक असते. धान्याच्या करड्या रंगाच्या बाह्य आवरणामध्ये 'ब' जीवनसत्त्व अधिक प्रमाणात असते. धान्य शुद्ध बनविताना आणि पॉलिश करताना बऱ्याच प्रमाणात 'ब' जीवनसत्त्व हे काढून टाकले जाते. निसर्गोपचारामध्ये अशा शुद्ध, पॉलिश केलेल्या धान्यांचा अजिबात पुरस्कार करीत नाहीत. नाचणी किंवा रागीमध्ये धातूचे प्रमाण आधिक असते.

डाळी –

डाळींमध्ये प्रथिने अधिक असतात. भारतीय आहारात ज्यांचा वापर केला जातो. त्या डाळींपैकी तूरडाळ, उडीदडाळ, मूगडाळ, मसूरडाळ, हरभराडाळ, हुलगे, वाल, पावटे, सोयाबीन इ. प्रमुख होय. प्रथिनांबरोबरच डाळींमध्ये लोह, फॉस्फरस आणि जीवनसत्त्वेही असतात. त्यामध्ये धातू, सोडियम इ. सारखी खनिजे मात्र नसतात. एक पाठी डाळींपेक्षा अख्ख्या डाळी या आधिक चांगल्या. अशी आख्खी धान्ये जेव्हा भिजवून त्यांना मोड आणले जातात तेव्हा त्यांचे पोषणमूल्य वाढते. त्यांपासून मुख्यत्वे करून 'क' जीवनसत्त्व मिळते. मूग सोडता बहुतेक अन्य सर्व डाळी या पचण्यास जड असतात म्हणून त्या चांगल्या शिजवाव्या लागतात. त्यांच्यामध्ये वायू (गॅसेस) बनविण्याचे प्रमाण अधिक असते.

फळे –

फळे ही महत्त्वाची समजतात, कारण ती अल्कलाईन असतात. त्यात अधिक प्रमाणात ओलावा असतो आणि मेद व प्रथिनाचे प्रमाण कमी असते. ती सहज पचू शकतात. आणि त्यांच्या नैसर्गिक रूपातच शरीर त्यांचा स्वीकार करते. फळे एकतर गोड असतात, आंबटगोड असतात अथवा आंबट असतात. तुम्ही जर फळे चावून

खाल्लीत तर फळातील पोषक घटक हे तयार स्वरूपातच शरीराला मिळू शकतात.

सर्व फळांमध्ये जीवनसत्त्वांचा भरपूर स्त्रोत असतो. आवळा आणि पेरू या भारतीय फळांमध्ये 'क' जीवनसत्त्व हे सर्वाधिक असते. आंबा, पपई यांसारख्या केशरी रंगाच्या फळांमध्ये असलेले कॅरोटिन शरीरामध्ये 'ए' जीवनसत्त्वामध्ये रूपातंरित होते. अंजीर, खजूर, खारीक, बेदाणे, मनुका इ. सुक्या मेव्यांमध्ये लोहाचे प्रमाण भरपूर असते. फळांमध्ये असणाऱ्या पेक्टिनमुळे बऱ्याच प्रमाणात आहारास पूर्णत्व मिळते आणि बद्धकोष्ठांसारख्या तक्रारींना आळा बसतो. इतर अन्नाबरोबर शक्यतो फळे खावीत. यामुळे पोटही भरते आणि फळामुळे होणारे परिपूर्ण पचन त्याबरोबर खाल्ल्या जाणाऱ्या आहारासही मिळते.

भाज्या –

भाज्यांचे सर्वसाधारण तीन प्रकारात वर्गीकरण करता येईल–

१. हिरव्या पालेभाज्या, २. कंदमुळे, ३. इतर फळभाज्या.

भारतात सर्वपरिचित आणि सर्वत्र उपलब्ध असणाऱ्या भाज्या चवळई, पालक, माठ, मेथी, पुदिना, सरसो, शेपू इ. त्यामध्ये धातू, लोह, कॅरोटिन, क, ब १२, ब फॉलिक ॲसिड असते.

कंदमुळांमध्ये बटाटे, गाजर, बीट, रताळी, मुळा, सुकंद, नवलकोल, सुरण इ. यामध्ये भरपूर, कर्बोदके असतात आणि ऊर्जेसाठी ते महत्त्वाचा स्त्रोत ठरतात. बटाट्यामध्ये 'क' जीवनसत्त्व, गाजरामध्ये कॅरोटिन आणि मुळा, सुरण यामध्ये धातूचे प्रमाण अधिक असते.

भारतात मिळणाऱ्या वांगी, सर्व प्रकारचे भोपळे, दोडका, कारले, घोसाळे, तोंडली, सर्वप्रकारचे घेवडे, भेंडी, टोमॅटो इ. अन्य भाज्यांमध्ये जीवनसत्त्व आणि खनिजे भरपूर असतात आणि त्यामुळे ऊर्जा मिळते.

भाज्या या पचण्यास सुलभ असतात आणि त्यामध्ये चोथ्याचे प्रमाणही अधिक असल्याने त्या पोटभरीच्या ठरतात. यामुळे शौचास साफ होऊन बद्धकोष्ठतेस आळा बसतो.

दाणे, कठीण कवचाची फळे आणि तेलबिया –

यामध्ये प्रथिनांचा भरपूर स्त्रोत आणि उच्च दर्जाचे मेद असते. भारतात सामान्यत: बदाम, अक्रोड, काजू इ. कठीण फळे वापरली जातात. तेलबियांमध्ये करडई, सूर्यफूल, तीळ, शेंगदाणा, खोबरे, मोहरी यांपासून तेल बनवून ते वापरले जाते.

मेद आणि तेल –

हे एकतर दृश्य असते अथवा अदृश्य असते. अदृश्य मेद हे इतर अन्नात समाविष्ट असतात. खाद्य धान्ये, दाणे, डाळी इ. दृश्य मेद होय. भारतात वापरल्या जाणाऱ्या लोणी, तूप, वनस्पती तूप, वनस्पती तेल उदा. सनफ्लॉवर (सूर्यफूल) मोहरी, खोबरेल इ. सर्व मेदामध्ये उच्च प्रतीची ऊर्जा असते. साधारणतः १ ग्रॅम तेलातून नऊ किलो कॅलरीज एवढी ऊर्जा मिळते. अती प्रमाणात असणारे मेदाचे सेवन हे ओबेसिटी आणि इतर प्रमुख आजारांचे मुख्य कारण असते.

तक्ता क्र. ४

अन्नगट	प्रमुख पोषक तत्त्वे
खाद्य धान्ये आणि त्यापासून बनविलेले पदार्थ – तांदूळ, गहू, नाचणी, बाजरी, मका, ज्पारी, रातू, पोहे.	ऊर्जा, प्रथिने, मेद, जीवनसत्त्व ब १, जीवनसत्त्व ब २, फॉलिक ॲसिड, लोह, चोथा
दूध आणि मांसजन्य पदार्थ – दूध, दही, चीज इ.	प्रथिने, मेद, जीवनसत्त्व ब, धातू
मांस – कोंबडी, लिव्हर, मासे, अंडी, मटण. फळे आणि भाज्या–	प्रथिने, मेद, जीवनसत्त्व ब
फळे – आंबा, पेरू, टोमॅटो, पपई, संत्री, मोसंबी, कलिंगडे, भाज्या – हिरव्या पालेभाज्या, चवळई, पालक, शेवग्याची पाने, कोंथिबीर, सरसो (मोहरीची पाने),	कॅरोटेनॉईड्स्, क जीवनसत्त्व, चोथा. मेद, कॅरोटेनॉईड्स, जीवनसत्त्व ब२, फॉलिक ॲसिड,

माठ, मेथी इ.	धातू, लोह, चोथा
इतर भाज्या – गाजर, वांगी, भेंडी, ढबू मिरची, घेवडा, कांदा, शेंवगा, कोबी.	कॅरोटेनॉईड्स्, फॉलिक ॲसिड, धातू, चोथा
लोणी, तूप, हायड्रोजेनेटेड तेल, स्वयंपाकाची तेले, शेंग तेल, मोहरीचे तेल, नारळाचे तेल इ.	ऊर्जा, मेद, आवश्यक मेदजन्य आम्ले
साखर – शर्करा, गूळ	ऊर्जा

तक्ता क्र. ५ अन्न बदलण्याची पद्धत

अनु क्र.	बदलाची यादी	अंदाजे वजन/माप	कर्बोदके ग्रॅम	प्रथिने ग्रॅम	मेद ग्रॅम	ऊर्जा कॅलरिज ग्रॅम
१	भाज्या	अर्धा कप	६	–	–	३०-४०
	पालेभाज्या इतर	अर्धा कप	६-१०	–	*	५०-६०
२	फळे	विविध	१०	–	–	४०
३	धान्ये	२५	१९–२१	२–३	*	८५
४	डाळी व कडधान्ये	२५	१५	६	*	८५
५	दूध	अर्धा कप	४	३.५	४.०	६५
	व मांस	७५	–	७.५	६.०	८५
६	मेद व	१०	–	–	१०.०	९०
	साखर/ शर्करा	१०	१०	–	–	४०
टिप – *इनव्हिजिबिल फॅट (अदृश्य मेद)१ कप = २००मिलि						

आम्ल आणि आम्ल घालवणाऱ्या क्षारांचा समावेश असणारे अन्न –

कोणत्याही प्रकारचे अन्न हे एकतर आम्लयुक्त, क्षार असणारे किंवा निसर्गाशी समरूप असते. शरीर हे किंचित प्रमाणात अल्कलाईन असते. सशक्त निरोगी माणसाच्या रक्तातील पी. एच. चे प्रमाण हे ७.३ ते ७.४ असावे. जर का आम्ल निर्माण करणारे पदार्थ अधिक खाल्ले, तर आम्ल घालवणाऱ्या क्षारांची निर्मिती करण्याची रक्तातील पी.एच.ची क्षमता कमी होते आणि ती आम्लयुक्त बनते. जर तुम्ही अल्कलाईन अन्न खाल्ले, तर रक्तातील पी.एच. अधिक अल्कलाईन बनतात.

बहुतेक सर्व फळे आणि भाज्या या अल्कलाईन असतात आणि त्यामुळे ते शरीराच्या मुळात असणारे आम्लाचे प्रमाण कमी करते. त्यामुळेच निसर्गोपचारात फळे आणि भाज्यांना शरीरातील विषारी द्रव्यांना (टॉक्सिन्स) घालवणारे परिणामकारक वाहक मानतात.

खाद्यधान्ये आणि टणक कवचाची फळे, दाणे हे मुख्यत: आम्ल निर्माण करणारे अन्न असते. प्राणिजन्य पदार्थ (मांसाहारी

पदार्थ), मीठ, कॉफी, सोडा आणि मध हेही आम्लयुक्त पदार्थ आहेत.

मेद हे तटस्थ अन्न असते. म्हणजेच ते आम्लयुक्तही नसते व अल्कलाईनही नसते. अल्कलाईन व ॲसिडिक अन्नाचे हे प्रमाण सशक्त निरोगी माणसासाठी अनुक्रमे साठ टक्के आणि चाळीस टक्के असे असावे. याचाच अर्थ चाळीस टक्के अन्नाचा भाग हा खाद्य धान्ये असावा आणि साठ टक्के भाग फळे आणि भाज्या असाव्यात. आजारपणातील आहारामध्ये सत्तर टक्के अल्कलाईन अन्न आणि तीस टक्के ॲसिडिक अन्न असे प्रमाण असावे.

पाचव्या तक्त्यामध्ये ॲसिडिक व अल्कलाईन अन्नाची यादी दिलेली आहे.

तक्ता क्र. ५ अल्कलाईन आणि ॲसिडयुक्त अन्न

फळे - अल्कलाईन अन्न

- सफरचंद
- अक्रोड
- Vocado
- पिकलेले केळे
- सर्व बेरिज्
- चेरीज्
- कलिंगड
- खजूर
- अंजीर
- ताजे ऑलिव्ह
- आंबे
- पीच
- मनुका/बेदाणे
- पेअर
- पपई
- सर्व प्रकारची खरबुजे /टरबुजे

ॲसिडिक अन्न (आम्लयुक्त अन्न)

- सर्व प्रकारची साठवलेली डबाबंद फळे
- लिंबू वर्गीय फळे
- कच्चे केळे
- तळलेले काजू
- ओला नारळ
- क्रॅन बेरीज्
- प्लम
- मनुका

भाज्या - अल्कलाईन अन्न

- बीट
- ब्रोकोली
- वाटाणा
- लाल कोबी
- गाजर
- पांढरा कोबी
- सॅलड्स
- लसूण
- फ्लॉवर
- मूळा
- बडीशेप
- लेटीज्
- मश्रूम
- शेपू
- हिरवी मिरची
- बटाटा
- चुका
- लाल भोपळा
- सोयाबीन
- पालक
- स्प्रिंग ग्रीन्स(?)
- एनडीव्ह
- स्क्वॅश (?)
- नवलकोल
- पिवळी फुले असणारी भाजी

ॲसिडयुक्त अन्न

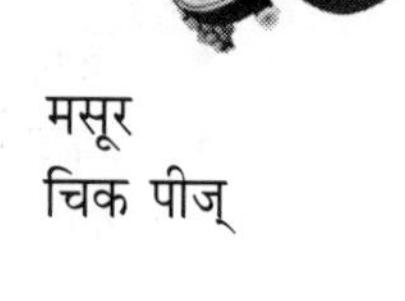

- सर्वप्रकारचे वाळलेले बीन्स
- ॲस्परगॅस टिप्स
- मसूर
- मोडाची कडधान्ये
- चिक पीज्

- कांदा
- शेंगदाणे
- रेवचिनी
- टोमॅटो

डेअरीजन्य पदार्थ - अल्कलाईन अन्न

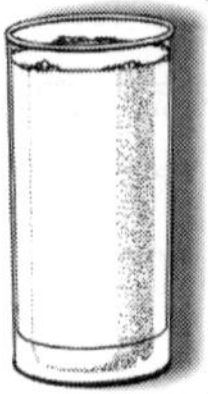

- ॲसिडोफिल्स (?)
- ताक
- कच्चे दूध
- दह्यातील पाणी
- शेळीचे / बकरीचे दूध
- दही

(ॲसिड) आम्लयुक्त अन्न

- कॉटेज चीज
- लोणी
- चीज
- आईस्क्रिम
- क्रिम
- कस्टर्ड
- उकळलेले, शिजवलेले, पाश्चराईज्ड, कॅन केलेले असे कुठल्याही प्रकारचे, कुठल्याही स्वरूपातील दूध.

मांसजन्य अन्न

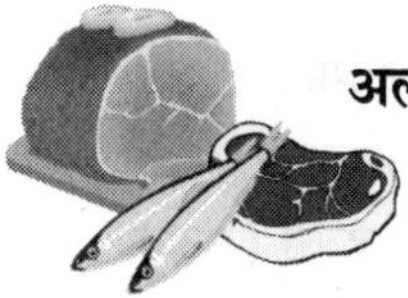

अल्कलाईन अन्न - कोणतेही नाही.

ॲसिडयुक्त अन्न

- सर्वप्रकारचे मांस
- पक्षी / कोंबडी
- सर्वप्रकारचे मासे
- खेकडा
- जिलेटिन

खाद्यधान्ये - अल्कलाईन अन्न

- मका
- कच्ची मक्याची कणसे

ॲसिडयुक्त अन्न

- पीठापासून बनविलेले पदार्थ
- ब्रेड
- बकव्हिट
- बार्ली (सातू)

- लाह्या
- मका
- बिस्किटे
- स्पॅगेटी
- क्रॅकर्स - कुरकुरीत बिस्किटे
- डोनटस्
- ओटमिल
- नूडल्स (शेवया)
- पेस्ट्रीज
- भात
- मॅक्रोनी - कणकेचे खाद्यपदार्थ
- केक
- कॉर्नमिल
- चाऱ्यापासून बनवलेले पदार्थ (Ray-crisp)

कठीण कवच असणारी फळे

अल्कलाईन अन्न

- बदाम

ॲसिड असलेले अन्न

- भाजलेले सर्व दाणे (काजू, पिस्ते इ.) शेंगदाणे
- सुके खोबरे

इतर पदार्थ - अल्कलाईन अन्न

- अगर (Agar Agar)
- मध
- Alfa Products
- कॉफी
- आले
- Alfalfa saga,
- लवंगा,
- सफरचंदापासून बनविलेले व्हिनेगर,
- आयुर्वेदिक पदार्थ, चहा, पुदिना

ॲसिड असलेले अन्न

- मध
- कॅन्डी
- कोको
- कॉफी
- Candiments
- Dressings
- सॉस
- औषधे
- सुंठ
- जॅम
- जेलीज
- Marmalade
- व्हिनेगर
- तंबाखू
- सोडा
- मद्यार्क
- अंड्याचा पांढरा बलक
- टिकण्यासाठीची द्रव्ये Preservatives

- सुगंधी द्रव्ये Flavour
- मक्याचे पीठ Cornflour
- Neutrals - Oils, Oilve (ऑलिव्ह), Corn (मका), Cotton-seeds (सरकी), Soya (सोयाबीन), Sesons (तीळ).

अन्नामध्ये अनेक प्रकारची आम्ले (ॲसिड्स) असतात. यांपैकी पुढील तीन आम्लेही नैसर्गिक अन्नपदार्थांमध्ये असतात आणि त्यानुसार ती शरीरात वापरली जातात. यामध्ये सायट्रिक ॲसिड, मॅलिक ॲसिड, आणि टॅरटारिक ॲसिड असतात. काही ॲसिड्स शरीरात वापरली जात नाहीत, त्यामुळे ती शरीराला अपायकारक ठरतात. ती ॲसिड्स म्हणजे ऑक्सॅलिक, युरिक, बेन्झाईक आणि वटरड्रिक ॲसिड्स होय. लॅक्टिक ॲसिड हे शरीरात वापरले जात नाही, पण ते शरीराचे संरक्षण करते. सायट्रिक ॲसिड हे प्रामुख्याने संत्री, लिंबू, टोमॅटो, मुळा, द्राक्षे, डाळींब, जांभळे यामध्ये असते. मॅलिफ ॲसिड हे सफरचंद, द्राक्षे, मटार व टोमॅटो यांमध्ये असते. टारटॅरिक ॲसिड हे द्राक्षे आणि अननसामध्ये असते.

व्हिनेगर आणि सोया सॉसमध्ये ॲसिटिक ॲसिड असते. हे पचनक्रियेवर प्रतिकूल परिणाम करणारे असते. यामुळेच निसर्गोपचार सॅलड, ड्रेसिंग यांकरिता कधीच व्हिनेगर, वापरण्याचा सल्ला देत

नाही. व्हिनेगरऐवजी लिंबाचा रस वापरू शकता.

ऑक्सॅलिक ॲसिडचा भरपूर स्त्रोत हा पालक, कोको, चहा आणि मिरची यांमध्ये असतो. रक्तामध्ये जर युरिक ॲसिडचे प्रमाण अधिक असेल तर या अन्नपदार्थांमुळे ते वाढते. वाढलेली युरिक ॲसिडची पातळी गॉट (gout) नावाची परिस्थिती निर्माण करते. ज्यामध्ये युरिक ॲसिड रक्तामध्ये व सर्व सांध्यांमध्ये अतीप्रमाणात जमा होते आणि ज्यामुळे तात्काळ संधिवात होतो. अधिक काळ गॉट झाल्याने सांध्यांचे नुकसान होते. त्वचेवर युरेटस् जमा करण्यातही यांचा पुढाकार असतो. शरीरातील काही भागातील अस्थींच्या कोमल भागावर जमा होतो. अधिक प्रमाणात युरेट्स साठले तर त्यामुळे मूतखडा होऊन किडनीस इजा होऊ शकते. युरिक ॲसिडच्या परिणामस्वरूप युरेटस् तयार होतात.

युरिक ॲसिड हे शरीरातील टाकाऊ पदार्थांपैकी एक असते. तुम्ही मांसाहारी अन्नाचे सेवन करत असाल तर ते अधिक प्रमाणात शरीरात तयार होते. पालक, घेवडे, मटार, कोबी, मश्रूम इ. मध्ये प्युरिन्स नावाचे रासायनिक द्रव्य असते. युरिनचे रूपांतर शरीरात युरिक ॲसिडमध्ये होते. जर तुम्हाला संधिवात असेल किंवा मूत्राशयामध्ये युरिक ॲसिडचे खडे तयार होण्याची प्रवृत्ती असेल तर तुम्ही या भाज्या खाणे टाळले पाहिजे.

बेन्झाईक ॲसिड हे प्रॉन्स, प्लम आणि बेरिज् मध्ये असते. मुतखडा होण्याची प्रवृत्ती असेल तर किडनीमध्ये किंवा मूत्राशयामध्ये युरिक ॲसिडचे खडे तयार होण्याची शक्यता वाढते. बेन्झाईक ॲसिड हे काही प्रकारच्या सॉसेस्, व्हिनेगर, आणि फळांच्या हवाबंद डब्यातील प्रिझर्व्हेटिव्हमध्ये ही आढळते.

ब्यूटॅरिक ॲसिड हे लोणी आणि रेन्सिड फॅटमध्ये असते. आणि त्यामुळे पचनसंस्थेला अस्वस्थता येते आणि यामुळे पित्ताचे प्रमाण वाढते.

पचनक्रिया चालू असताना अन्नातील प्राणवायूचे प्रमाण वाढते या प्रक्रियेतून निर्माण होणारा एक प्रकार म्हणजे राख तयार होते. ज्यांना ॲसिडिटी (पित्तप्रवृत्ती) चा त्रास असतो ते आंबट फळे खाणे टाळतात. कारण, त्यामुळे पोटात आम्लाचे विमोचन होते. निसर्गोपचारानुसार ताज्या फळांमध्ये ऑरगॅनिक ॲसिड्स असतात, जी शरीरात जशीच्या तशी वापरली जातात आणि अल्कलाईनचे अवशेष शिल्लक ठेवतात.

स्वयंपाकाचा अन्नावर काय परिणाम होतो?

स्वयंपाक ही एक प्रक्रिया आहे. ज्यामुळे अन्न पचण्यास सुलभ बनते. विकार निर्माण करणाऱ्या जंतूंना नष्ट करण्यास मदत होते तसेच अन्न चविष्टही बनवते. यामध्ये अनेक फायदे आहेत आणि तोटेही आहेत. महत्त्वाच्या पोषक घटकांवर त्यांचा पुढीलप्रमाणे परिणाम होतो.

कर्बोदके –

अन्न शिजविण्याचा प्रक्रियेमध्ये स्टार्चचे प्रमाण वाढते. जिलेटिन मिळते. या प्रकारे शिजविल्यामुळे कर्बोदकांना योग्य प्रकारे पचनक्रियेस मदत होते.

प्रथिने –

उष्णतेमुळे प्रथिने दुभंगली जातात आणि आकारमानाने आकसले जातात. यामुळे ते पचनास सुलभ होतात. भाजणे, शिजविणे, तळणे यासारख्या प्रकारांमध्ये मात्र प्रथिनांची पोषणमूल्ये तुलनेने कमी होतात.

मेद –

तळण्यामुळे आवश्यक ती मेदाम्ले (फॅटी ॲसिड्स) नष्ट होतात

आणि अनावश्यक विषारी द्रव्ये तयार होतात. रोजच्या स्वयंपाकाच्या क्रियेतही खाद्यतेलावर किंचित विपरीत परिणाम होतोच.

जीवनसत्त्व 'अ' आणि 'ड' –

तळणे, भाजणे यामध्ये 'अ' व 'ड' जीवनसत्त्वात लक्षणीय घट होते. हवेतील प्राणवायूच्या संयोगामुळे साधा स्वयंपाक करण्याच्या क्रियेमध्ये जीवनसत्त्वे अधिक प्रमाणात नष्ट होत नाहीत.

थायमिन –

स्वयंपाक करताना अंदाजे वीस ते पन्नास प्रतिशत थायमिनची घट होते. हे उष्णतेमुळे आणि गरम पाण्यात विरघळल्यामुळे होते.

रिबोप्लेविन –

हे जीवनसत्त्व स्वयंपाक बनवताना नष्ट होते. कारण, तीव्र उष्णतेचा मारा, प्रकाश आणि शिजविल्यावर पाणी काढून टाकणे. डाळी आणि भाज्यांमध्ये जर शिजविताना सोडा घातला तरीही हे जीवनसत्त्व नष्ट होते.

फॉलिक ॲसिड आणि जीवनसत्त्व 'ब १२' –

प्रेशर कुकरमध्ये अन्न शिजविणे, भाजणे किंवा तळणे यासारख्या स्वयंपाकाच्या काही पद्धतींमुळे ही दोन्ही जीवनसत्त्वे नष्ट होतात. उष्णतेमुळे तसेच शिजवताना वापरलेले अतिरिक्त पाणी नंतर काढून

टाकल्याने या जीवनसत्त्वांच्या हानीमध्ये भरच पडते.

'क' जीवनसत्त्व –

हे जीवनसत्त्व ही हवेशी संपर्क आल्याने आणि शिजविताना वापरलेले अतिरिक्त पाणी नंतर काढून टाकल्याने नष्ट होते. १० ते ६० प्रतिशत 'क' जीवनसत्त्व हे स्वयंपाकाची पद्धत, भाज्या शिजविण्याची पद्धत यामध्ये नष्ट होते.

धातू : कॅल्शियम आणि फॉस्फरस –

ही खनिजेही जेव्हा शिजविताना वापरलेले अतिरिक्त पाणी काढून टाकले जाते. तेव्हा नष्ट होतात.

लोह –

हेही अन्नातील जास्तीचे पाणी काढून टाकले जाते त्यामुळे नष्ट पावते. जर लोखंडी सुरीने भाज्या चिरल्या आणि लोखंडाच्या कढईमध्ये अन्न बनविले, तर मात्र अन्नातील लोहाची टक्केवारी वाढलेली दिसते.

सोडियम, पोटॅशियम आणि मॅग्नेशियम –

अन्नातील अतिरिक्त पाणी काढून टाकल्यानेच हेही नाश पावते. मीठाच्या वापरामुळे अन्नातील सोडियमचे प्रमाण वाढते. आणि वाढलेल्या सोडियममुळे पोटॅशियमची पातळी खाली येते.

अन्न बनविताना त्यातील पोषणमूल्ये शिल्लक राहण्यासाठी आणि काही विशेष सूचना –

❖ भाज्या नेहमी चिरण्याआधीच धुऊन घ्या. जर तुम्ही चिरल्यानंतर त्या धुतल्या तर त्यातील पोषक घटक हे पाण्याबरोबर निघून जातील.

❖ कोशिंबीर आणि सॅलड्स वापरण्याआधी थोडा वेळच बनवा. कारण आधी बनवून ठेवल्यास सूर्यप्रकाशाशी आणि हवेशी संयोग होऊन त्यातील पोषणमूल्ये कमी होतील.

❖ स्वयंपाक करण्याच्या थोडाच वेळ आधी भाज्या चिरून घ्या म्हणजे त्यांच्यातील पोषक द्रव्यांची अधिक हानी होणार नाही.

❖ भाज्या शिजवताना त्या कोमट पाण्यात शिजवा आणि मध्यम आचेवर शिजवा

❖ शिजवण्यास आवश्यक तेवढेच पाणी वापरा.

❖ आम्लधर्मी पदार्थ. उदा. लिंबाचा रस, दही इ.चा वापर हा कोशिंबिरीमध्ये करावा. ज्यायोगे जीवनसत्त्वांची हानी कमी होते.

❖ शक्यतो फळे आणि भाज्या त्यांच्या नैसर्गिक रूपात सालीसकट खावीत.

❖ अती प्रमाणात भाज्या शिजवू नका. त्यांचा रंग आणि त्यांच्या नैसर्गिक रूपात बदल होईल इतक्या जास्ती प्रमाणात भाज्या शिजवू नका.

❖ भाज्या शिजवताना जर अतिरिक्त पाणी उरलेच, तर त्याचा वापर हा सूप बनविताना करा.

उष्मांक म्हणजे काय?

सहसा अन्नाचे मूल्यमापन हे उष्मांकाप्रमाणे होते. उष्मांक म्हणजे एक किलो पाण्याला एक डिग्री सेंटिग्रेड तापवण्यासाठी वापरली जाणारी उष्णता होय.

निसर्गोपचारानुसार अन्न घटकातून मिळविले जाणारे उष्मांक वापरण्याची शरीराची क्षमता ही अनेक गोष्टींवर अवलंबून असते. यामध्ये कशा स्वरूपामध्ये अन्नाचे सेवन झाले, तुमची पचनशक्ती, शरीर कशा प्रकारचे अन्न स्वीकारते, किती प्रमाणात अन्न सेवन करते आणि विविध पाचक रस, हार्मोन्स, शरीरातील नको असणाऱ्या आणि न पचलेल्या टाकाऊ अन्नाचा विनियोग (eliminate) याचा समावेश होतो. जर का या सर्व घटकांपैकी एखाद्या घटकाचा जरी विपरीत परिणाम झाला, तर अन्नापासून मिळणाऱ्या उष्मांकावरही परिणाम होतो.

निसर्गोपचारांमध्ये पोषणाच्या नवीन पद्धतीनुसार एखाद्या व्यक्तींच्या शरीरास रोज किती उष्मांक आवश्यक असतात याचे मूल्य-मापन करता येते. ही नवीन पद्धत प्रामुख्याने तुमचे लिंग, वय, वजन आणि

शारीरिक हालचालींना दरदिवशी असणारी उष्मांकाची गरज किती? यावर अवलंबून असते. दुसऱ्या बाजूने हे तुमची पचनक्षमता आणि विविध प्रकारच्या अन्नाचे शोषण यावरही आधारित असते. तुमच्या शरीराची पचनक्षमता आणि शोषणक्षमता किती आहे याचे भूक हे सर्वात कार्यक्षम असे लक्षण आहे. तुमच्यासाठी सुचविलेले अन्न जर तुम्ही योग्य प्रमाणात घेतले आणि भूक शमविली तर तुमच्या शरीरास आवश्यक तेवढे उष्मांक मिळतात. आधीचे जेवण पचले किंवा त्या अन्नाचे शरीरात योग्य वितरण झाले हे भुकेवरून कळते. जर तुम्हाला भूक लागण्याआधीच तुम्ही खाल्ले तर अतिरिक्त अन्नाचे योग्य प्रमाणात पचन होणार नाही आणि त्या अन्नाचे टाकाऊ पदार्थांमध्ये रूपांतर करण्यास शरीरावरही अतिरिक्त ताण येईल.

सेंद्रिय आणि असेंद्रिय आहार कोणते?

सेंद्रिय आहार हा प्रामुख्याने वनस्पतींपासून मिळतो, तर असेंद्रिय आहार हा इतर स्त्रोतांपासून मिळतो. निसर्गोपचारामध्ये सेंद्रिय आहाराचा पुरस्कार केलेला असतो. कारण, तो नैसर्गिक आहार असतो आणि पोषकही असतो. तो सहजतेने पचू शकतो आणि चावून त्याचे लहानलहान भागात विभाजन होते. ज्यायोगे सहजतेने त्याचे शरीरात शोषण होते आणि शरीरात ते विभागले जाते. शरीराकडून सहज वापर होईल अशा रूपात असेंद्रिय आहाराचे परिवर्तन होत नाही. म्हणूनच निसर्गउपचार तज्ज्ञ जीवनसत्त्वे, खनिजे, धातू, लोह यांचे कृत्रिम सहायक (supplement) घेण्याबद्दल सुचवित नाही. त्यांच्या मते शरीर, अशा कृत्रिम तयार गोष्टींचा वापर परिणामकारकरित्या करूच शकत नाही. याच्या परिणामत: अशी कृत्रिम पूरके ही शरीरातील अन्य टाकाऊ गोष्टींसमवेत बाहेर टाकली जातात. जर का ती पूर्णत: बाहेर टाकली गेली नाहीत तर ती शरीरात साठली जातात आणि अनेक शारीरिक तक्रारींचे कारण बनतात. जीवनसत्त्वांची आणि खनिजांची कमतरता दूर करण्यासाठी या जीवनसत्त्वांतील आणि खनिजांमधील पोषणमूल्यांचे सेवन वाढवावे.

टॉक्सिमिया म्हणजे काय?

रक्तामध्ये विषारी द्रव्यांचा अतिरिक्त साठा होणे यासाठी टॉक्सिमिया ही संज्ञा वापरतात. हे विषारी घटक हे पचनक्रियेतून वाहून आणले जातात. हे घटक निष्कासन करण्याचा नेहमीचा मार्ग म्हणजे रक्त त्यांना वाहून नेते. जर का या विषारी द्रव्यांचे प्रमाण शरीराच्या त्यांना बाहेर टाकण्याच्या क्षमतेपेक्षाही आधिक असेल तर त्यांची रक्तातील पातळी (Level) वाढते.

रक्तामध्ये जर टॉक्सिनचे प्रमाण वाढले तर त्याचे परिणामस्वरूप म्हणून अनेक विकारांची यादीच सांगता येईल. अशा प्रकारे, टॉक्सिन्स जर शरीरात अधिक काळापर्यंत राहिली तर ती शरीरातील विविध भागांमध्ये जमतात व विविध भागांना उपद्रव करतात. कोणत्याही अवयवांमध्ये टॉक्सिनच्या संचयामुळे (विषारी द्रव्य साठल्याने) त्या अवयवाच्या सामान्य कार्यावर परिणाम होतो व ते एका विकाराचे कारण बनते. जर का टॉक्सिनचा साठा नुकताच असेल तर एखादा तीव्र विकार व्यक्त होऊ शकतो, निर्दशनास येऊ शकतो. जर का टॉक्सिन्सचा संचय हा बऱ्याच कालावधीपासून होत असेल तर

जुनाट व्याधी होते. टॉक्सिनचे प्रमाण वाढण्यासही अनेक घटक कारणीभूत असतात. उदा. मसाल्यांच्या पदार्थांचे अतिरिक्त सेवन, तिखटाचे अती सेवन, अन्न योग्य प्रमाणात न घेणे, शिळे किंवा प्रिझर्व्हेटिव्ह घातलेले अन्नपदार्थ, खाण्याच्या कालावधीतील अनिश्चित अंतर, अन्न अती प्रमाणात खाणे, इ.

म्हणूनच निसर्गोपचार तज्ज्ञांच्या मते सर्व विकारांचे मूळ कारण हे अपचन असते. आयुर्वेदही म्हणते की बहुतेक विकार हे पचनाच्या अयोग्य कारणांमुळेच होत असतात.

तीव्र विकार – (ॲक्यूट डिसीज)

निसर्गोपचारानुसार शरीर हे निरनिराळ्या टॉक्सिनच्या संचयास बाहेर टाकण्याचा प्रयत्न करीत असते. शरीराच्या नैसर्गिक मार्गाने ही टॉक्सिन्स बाहेर टाकली जातात. जसे की, घाम, लघवी, शौच इ. या सर्व नैसर्गिक मार्गाने बाहेर टाकूनही जी टॉक्सिन्स शरीरात शिल्लक राहतात. ती तीव्र विकाराच्या स्वरूपात पुढे येतात. या विकारांमध्ये सर्दी, जुलाब (डायरिया), ताप, त्वचेवरील पुरळ, खाज, उलट्या इ. अशा प्रकारची लक्षणे असणाऱ्या तात्काळ उद्‌भवणाऱ्या विकारांवर औषधे घेऊ नयेत असे निसर्गोपचार तज्ज्ञांचे मत आहे. कारण अशा प्रकारे, या विकारांचे औषधे घेऊन दमन करणे म्हणजे

शरीराच्या ठाम उत्सर्जन क्रियेमध्ये अडथळा आणणे होय.

अशा प्रकारच्या तात्काळ उद्‌भवणाऱ्या विकारांमध्ये पचनसंस्थेवर नेहमी अधिक परिणाम होतो. म्हणजेच जे अन्न तुम्ही खाता त्याचे पचन झालेले नसते. अशा प्रकारच्या पचनाच्या तक्रारी वाढल्यावर त्या अधिक वाढू नयेत म्हणून अशी लक्षणे कमी होईपर्यंत उपवास अर्थात लंघन करण्याबद्दल सुचविले जाते. अशा सर्व विकारांमध्ये अन्नाचे पचन होण्यासाठी आवश्यक ती ऊर्जा ही टॉक्सिन्स काढून टाकण्यास वापरली जाते. म्हणूनच पाणी, द्रवपदार्थ आणि रस घेण्याने पचनसंस्थेला आराम मिळतो आणि टॉक्सिन्स ही प्रभावीपणे काढून टाकली जातात.

जुनाट विकार (क्रॉनिक डिसीज)

तीव्र विकारांपेक्षा जुनाट विकारांमध्ये पचनाच्या पद्धतींमध्ये फरक असतो. जुनाट विकारांमध्ये पचनावर अंशतः परिणाम झालेला दिसतो. म्हणूनच निसर्गोपचार तज्ज्ञ जुनाट विकार असणाऱ्यांना आहार घेण्याचे प्रमाण कमी करावे असे सुचवितात. सहजपणे पचू शकेल असे कमी तेलकट आणि कमी प्रथिने असणारे असे अन्न घेणे गरजेचे असते. म्हणून तुमच्या आहारामध्ये भाज्या, फळे आणि फळांचे रस यांचा अधिक समावेश असावा. असा आहार पचनास सुलभ असतो.

कमी कालावधीसाठी म्हणजेच तीन ते सात दिवसांपर्यंत केलेले उपवास हे जुनाट आजारांमध्ये पचनक्रिया सुधारण्यास मदतीचे ठरू शकतात. मात्र अधिक काळासाठी उपवास करणे टाळले पाहिजे. कारण शरीरातील बेसुमार अशा टॉक्सिन्सना बाहेर टाकण्यासाठी ऊर्जेची गरज असते. दीर्घकालीन अशा उपवासामुळे शरीराला अशी ऊर्जा मिळण्यास अटकाव होतो. उपवास किंवा लंघन हे ठरावीक कालांतराने परत करावे कारण, कधी कधी अशी साठलेली टॉक्सिन्स ही एकाच उपवासाच्या कालात बाहेर टाकली जात नाहीत.

निसर्गोपचारांमध्ये आवश्यक त्या अन्न प्रकारांचा योग्य समतोल राखून ज्या अन्नामध्ये आधिक चोथा असेल आणि आवश्यक त्या प्रमाणातील वेगवेगळ्या अन्नघटकांचे योग्य संतुलन असेल असा आहार घेणे हे जुनाट व्याधींच्या व्यवस्थापनात महत्त्वाचे ठरते. आठवड्यातून एकदा द्रवरूपातील आहार सेवन करून लंघन (उपवास) केल्यास पचनक्रिया सुधारण्यास मदत होते.

आहारामध्ये चोथ्याची भूमिका काय असते?

चोथा हा वनस्पतीजन्य अन्नाचा असा भाग आहे की ज्याचे शरीरात पचन होत नाही. चोथा म्हणजे एकत्रित अशा कर्बोदकांचा साठाच असतो. चोथा दोन प्रकारचा असतो.

१. विरघळणारा (विघटन होणारा)
२. न विरघळणारा (विघटन न होणारा)

विरघळणारा चोथा जो चिकट स्वरूपात असतो, त्यामुळे कोलेस्टेरॉलचे, साखरेचे शोषण होण्यास वेळ लागतो. तो ओटमध्ये, तांदळाच्या साळीमध्ये, गाजरांमध्ये असतो. फळांमध्ये आढळणाऱ्या पेक्टिनमध्ये असतो. psyllium आणि gourgum हे घटक द्विदल धान्यात असतात आणि mucillagenous चोथा हा मेथीमध्ये असतो. विरघळणाऱ्या चोथ्यामुळे कर्बोदकांच्या पोषणास वेळ लागतो आणि त्यायोगे रक्तातील साखरेची पातळी प्रमाणित होते.

न विरघळणाऱ्या चोथ्याचा मळ कमी तयार होतो आणि आतड्यातून अन्न पुढे जाण्याचा वेळ वाचतो. आतड्यातील मल पुढे जाण्यासाठीच्या

वेळामुळे टॉक्सिन्सशी संपर्कही कमी होतो. वाढत्या प्रमाणातील मळामुळे बद्धकोष्ठतेला आळा बसतो. गव्हाच्या कोंड्यामध्ये सर्वाधिक न विरघळणारा चोथा असतो.

आहारामध्ये न शिजवलेल्या अन्नाची भूमिका काय असते?

आहारामध्ये न शिजवलेल्या अन्नाची भूमिका ही फार महत्त्वाची असते. शिजवलेल्या अन्नापेक्षा न शिजवलेल्या अन्नातील पोषणमूल्ये ही अधिक असतात. कच्च्या किंवा न शिजवलेल्या अन्नाच्या नियमित केलेल्या सेवनामुळे शरीरातील नैसर्गिक प्रतिकारशक्ती वाढते. कच्चे अन्न हे कोणतेही मसाले न वापरता किंवा अन्नउपचार न करता खाणे हे इष्ट असते. संपूर्ण आणि योग्य पचन होण्याच्या दृष्टीने शिजवलेल्या आहारापेक्षा कच्चा आहार हा अधिक चावून खाण्याची गरज असते. योग्य चर्वणामुळे कच्च्या अन्नामध्ये असणाऱ्या कर्बोदकांवर लाळेची प्रक्रिया होण्यास मदत होते आणि त्याच्या पचन क्रियेस ती पूर्णत्व देते. अधिक चर्वण करावे लागत असल्यामुळे कच्चे अन्न अधिक मात्रेमध्ये खाण्यासही आळा बसतो. यामुळेच अधिक प्रमाणात कच्चे सॅलडस् भाज्या, मोडाची धान्ये, बिया, शेंगदाणे, फळे आणि ताजे रस घेण्याची गरज असते. तुम्ही कोबी, पालक, सॅलरी, मुळा यासारख्या पालेभाज्या कच्च्या स्वरूपात खाऊ शकता. न शिजवलेल्या

कच्च्या अन्नाचे साधारणत: एका तासात पचन होते. अन्नाचे लवकर पचन झाल्याने पाचक रसाचे विमोचनही कमी प्रमाणात होते. पाचक रसाची आवश्यकता कमी भासल्यामुळे पचनसंस्थेवर येणारा ताणही कमी होतो. नैसर्गिक अन्न घटकात असणाऱ्या अधिक द्रवपदार्थांमुळे किंवा पाण्याच्या प्रमाणामुळेही पचनात सुधारणा होते. कच्च्या अन्नाचा दुसरा महत्त्वाचा फायदा म्हणजे त्यात असणाऱ्या चोथ्याचे अतिरिक्त प्रमाण! चोथ्यामुळे फक्त बद्धकोष्ठतेलाच आळा घातला जातो असे नाही तर विषारी पदार्थांना शोषण्यापासून मज्जावही केला जातो. जठराचा कर्करोग, मूळव्याध इ. सारख्या महत्त्वाच्या आजारांना मज्जाव करते.

शिजविलेल्या अन्नापेक्षा कच्चे अन्न हे पचण्यास जड असते असे बरेच जण मानतात, पण निसर्गोपचारपद्धतींमध्ये हे मान्य करीत नाहीत. भाज्या या त्यांच्या मूळच्या नैसर्गिक रूपातच खाव्यात. असा त्यांचा ठाम सल्ला असतो आणि यावर त्यांचा भरही असतो. भाज्यांमधील जीवनसत्त्वे व खनिजे यांचे प्रमाण तर शिजविण्यामुळे घटतेच शिवाय ते बेचवही बनते. परिणामत: भाज्यांना स्वादिष्ट बनविण्यासाठी मसाले आणि इतर तत्सम घटक वापरण्याची सवय असते. जास्ती प्रमाणात मसालेदार पदार्थ हे शरीरात विषारी घटकांचीही निर्मिती करतात.

मसाल्यांची आहारातील भूमिका काय असते?

निसर्गोपचारांमध्ये आहारात मसाल्यांचा वापर टाळावा असा सल्ला आवर्जून दिला जातो. कारण मसालेदार पदार्थ हे पचन क्रियेवर विपरीत परिणाम करतात. मसाल्यांच्या अधिक वापराची सवयच होते. जिभेतील चवीच्या संवेदनाचाही काही अंशी नाश होण्यास कारण ठरते.

मसाले हे आहाराच्या समूहात न मोडता तो एक गुणवाचक आहार अर्थात 'मसालेदार पदार्थ' म्हणूनच संबोधले जातात. जर का तुम्हाला मसाले वापरायचे असतील, तर ते तुम्ही पदार्थ बनवतानाच वापरा, नंतर वरून त्यांचा वापर करू नका.

मसाल्यांच्या अती वापरामुळे पोटास त्रास होतो, ज्यामुळे पोटाच्या आतील अस्तरांमध्ये जळजळ होऊ लागते. अन्न पचविण्यासाठी पचनक्रियेमध्ये अडथळा निर्माण होतो. औषधांमधील निसर्गोपचार पद्धतींच्या मते अनेक शारीरिक व्याधी उदा. मूळव्याध, अल्सर, इ. पोटातील अपचनामुळेच उद्‌भवतात.

आहारामध्ये पेयांची भूमिका काय असते?

'तहान लागणं!' – संपूर्ण शरीराला पाण्याच्या असणाऱ्या गरजेची निदर्शक असते. पेये ही बऱ्याचवेळा तहान भागविण्यासाठीच वापरली जातात. तरी तहान भागविण्यासाठी सर्वोत्तम पाणीच! पाण्याच्या ऐवजी वापरली जाणारी कॉफी, चहा, सरबते, सोडा किंवा अन्य पेये शरीरावर घातक परिणाम करणारी ठरू शकतात. अशा प्रकारच्या सर्व पेयांमध्ये टिकाऊपणासाठी प्रिझर्व्हेटिव्ह, रंग, साखर इ. मूलत: आम्लयुक्त असे पदार्थ असतात. अनेक शीतपेयांमध्ये फॉस्फरिक ॲसिड मिळलेले असते. या ॲसिडमुळे पचनसंस्थेच्या आतील मार्गाचे अस्तर आणि परिणामत: त्याच्या कार्यावर विपरीत परिणाम होतो. शीतपेयांच्या अतिरिक्त सेवनाने रक्तातील फॉस्फरसाचा थर वाढत जातो. शरीरातील फॉस्फरस व कॅल्शियम यांचे एक समतोल प्रमाण शरीरास आवश्यक असते. जेव्हा फॉस्फरसचा थर वाढतो. तेव्हा हाडांमधून कॅल्शियम काढून घेऊन रक्तात मिसळले जाते. कॅल्शियमच्या चुकीच्या ठिकाणी वाढलेल्या पातळीमुळे हाडे ठिसूळ व कमकुवत होतात. चहा आणि कॉफी हे पित्तकारक प्रवृत्तींचे

असतात. त्यामध्ये असणाऱ्या कॅफिनमुळे शरीरातील कॅल्शियम बाहेर टाकले जाते. सकाळी उठल्यावर एक कप कॉफी प्यायल्यामुळे तुम्हाला नक्कीच ताजेतवाने व उत्साहवर्धक वाटत असेल कारण कॅफिन शरीरामधील ॲड्रिनल ग्रंथींना उत्तेजित करते. त्यायोगे रक्तात ॲड्रिनल प्रवाही होते. परिणामत: रक्तातील साखरेची पातळी उंचावते. रक्तदाबही वाढतो. हृदयाचे ठोकेही वाढतात. अशा प्रकारे एक कप कॉफी पिताच तुमचा उत्साह वाढलेला असतो. या प्रमाणे हा वाढलेला उत्साह त्याच प्रमाणात खाली येतो आणि त्यानंतर तुम्हाला अजून कॉफी प्यावीशी वाटते. अधिक कॉफी घ्यावी अशी इच्छा वाढत जाऊन तुम्ही त्याच्या आधीन बनता.

चहामध्ये काही प्रमाणात कॅफिन आणि टॅनिन असते. टॅनिन हा एक रासायनिक पदार्थ आहे. ज्यामध्ये नैसर्गिक अवस्थेतील विषारी वायू आहेत. कोला प्रकारच्या पेयांमध्ये अधिक प्रमाणात कॅफिन असते. चॉकलेटस् मध्येही काही प्रमाणात कॅफिन असते.

जर का साधे पिण्याचे पाणी उपलब्ध होऊ शकत नसेल किंवा तुम्हाला बदल हवा असेल तर तुम्ही नारळाचे शहाळे किंवा फळांचे रस किंवा ताजी फळे आणि भाज्यांचे, सॅलडस् सेवन करू शकता.

आहारातील मीठाची भूमिका काय असते?

अन्नाची चव वाढविण्यासाठी आणि ते अधिक रुचकर होण्यासाठी सर्वसाधारणत: मीठ वापरले जाते. मीठ हे दोन गोष्टीतनू उपलब्ध होते.

१. भाज्या आणि फळे २. समुद्राचे पाणी

भाज्या व फळांमधील मीठ हे व्यवस्थित रूपामध्ये असते आणि म्हणून ते शरीराकडून स्वीकारले व वापरले जाते. समुद्राच्या पाण्यातील मीठ हे व्यवस्थित रूपात (संघटित रूपात) नसल्यामुळे शरीराकडून व्यवस्थित परिणामात वापरले जात नाही. रक्ताला आवश्यकतेनुसार व्यवस्थित रूपात मीठ ज्या अन्नातून मिळते ते म्हणजे लीक्स, कांदे, गाजर इ. समुद्राच्या पाण्यापासून बनविलेले मीठ हे पचनक्रियेच्या पद्धतीत बसत नाही. परिणामत: ते शरीराकडून बाहेर टाकण्याची गरज असते म्हणूनच जे लोक अधिक प्रमाणात अनैसर्गिक मीठ खातात त्यांना उन्हाळ्यात अधिक घाम येतो. अनावश्यक मीठ हे घामाच्या रूपात शरीरातून बाहेर टाकले जाते. ज्याठिकाणी अधिक घाम येतो तेथे त्वचेवर अशा मीठाचे थर जमतात. मूत्रपिंडाच्या

तक्रारी, रक्तदाब आणि ओबेसिटी यांसारख्या तक्रारींमध्ये अनैसर्गिक मीठ खाण्यावर बंधन येते. भाज्यांच्या अधिक प्रमाणात सेवनाने नैसर्गिकपणे मीठ मिळविता येते. प्रौढ व्यक्तींसाठी अर्धा टेबलस्पून एवढेच मीठ दर दिवसासाठी सुचविले जाते.

हे लक्षात ठेवणे अत्यंत महत्त्वाचे आहे की प्रोसेस्ड फूड किंवा तयार अन्नामध्ये मोठ्या प्रमाणावर मीठ असते. चव वाढविण्यासाठी वापरण्यात येणाऱ्या काही रसायनांमध्येही काही अंशी मीठ असते. यामध्ये मोनो सोडियम, ग्लुटामेट, बेकिंग पावडर (सोडियम बाय कार्बोनेट) सोडा (सोडियम सायक्लोमेट, सोडियम सॅकरिन, (कृत्रिम गोडासाठी वापरतात ते), सोडियम नायट्रेट, आणि सोडियम बेनझोएट (प्रिझर्व्हेटिव्ह)

मीठ कमी प्रमाणात सेवन करण्यासाठीच्या काही क्लृप्त्या

- लहान वयापासूनच आहारात मीठाचे प्रमाण कमी ठेवा अन्यथा ते नंतरच्या आयुष्यात शक्य होणार नाही.
- शिजवलेल्या / तयार अन्नात वरून मीठ वापरू नका.
- अन्न बनवतानाही मीठाचे प्रमाण अंशतः कमी कमी करत जा. यामुळे तुमच्या जिभेच्या, चवींच्या संवेदनाला कमी मिठाची सवय होईल.
- लिंबाचे सरबत, वनस्पती आणि मसाल्यातील काही घटक मीठाऐवजी वापरा, पण तरीही मसाल्याचा अतिरेक टाळा.
- ज्यामध्ये अधिक मीठ आहे असे बटाटा वेफर्स, चीज, खारे दाणे, लोणची, पापड, सॉस, केचप इ. सारखे पदार्थ टाळावेत.

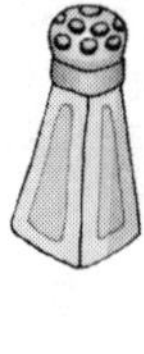

आहारातील तेल आणि चरबीची भूमिका काय असते?

चरबी हा रोजच्या आहारातील महत्त्वाचा भाग असतो. अतिरिक्त चरबीगुळे अनेक विकार उद्भवून शरीराला इजा होऊ शकते. शरीराला कर्बोदकांकडून पुरेशी ऊर्जा मिळाली नाही तर साठवलेले मेद ऊर्जा पुरविण्यासाठी दुभंगते. चरबी ही फॅटी ॲसिड नावाच्या लहानलहान भागापासून बनलेली असते.

चरबीची चार महत्त्वांची कार्ये असतात.

- ❖ अ, ड, इ, के या जीवनसत्त्वांच्या शोषणांसाठी आवश्यक असते.
- ❖ शरीराच्या वाढीसाठी आणि दुरुस्तीसाठी चरबीची आवश्यकता असते.
- ❖ पेशी आणि अवयवांसाठी ती वंगणाचे काम करते आणि त्यांच्याभोवती जाडसर थर निर्माण करते, ज्यामुळे त्यांचे संरक्षण होते.

❖ शरीराचे तापमान टिकवून ठेवण्यासाठी चरबीची मदत होते.

सहसा तेल हे पदार्थांना फोडणी देण्यासाठी, तळण्यासाठी आणि सजविण्यासाठी वापरले जाते. अलीकडे वाढते कोलेस्टेरॉल आणि रक्तातील कोलेस्टेरॉल वाढण्यासाठी असणारी चरबी व तेलाची भूमिका व त्याचे दुष्परिणाम या बद्दलची जागरूकता वाढली आहे. त्यामुळेच बरेच लोक ज्या तेलांमध्ये पॉल अनसॅचुरेटेड फॅटी ॲसिड्स अधिक आहेत अशा तेलांचा प्रमाणात वापर करतात. आरोग्यपूर्ण निरोगी जीवनशैलीसाठी जे लोक जाणीवपूर्वक त्यांच्या जीवनशैलीमध्ये किंवा आहारामध्ये बदल करतात ते एक तर तेलाचा वापर टाळतात किंवा अत्यंत कमी प्रमाणात तेल वापरतात. मेदाच्या आणि तेलाच्या सेवनाचे घटलेले प्रमाणही शरीरावर आणि आरोग्यावर उलटा परिणाम करते.

आहारातील मेदाचे महत्त्वाचे कार्य म्हणजे फॅटी ॲसिडचे शोषण करणे. अधिक प्रमाणात शोषले जाणे म्हणजे कोलेस्टेरॉलचा अधिक साठा होण्याची भिती आधिक. वाढलेले कोलेस्टेरॉल हृदयविकारासकट अनेक विकारांना कारणीभूत ठरते. म्हणूनच यामध्ये फॅटी ॲसिडचा साठा असतो. अशापेक्षा ज्यामध्ये पॉली - अनसॅच्युरेटेड फॅटी ॲसिड्स आहेत अशा प्रकारचा मेदयुक्त आहार निवडला जातो.

करडईचे तेल (सफोला), सूर्यफुलाचे तेल, मक्याचे तेल, सोयाबीन तेल, आणि ऑलिव्ह तेल हे पॉली अनसॅच्युरेटेड ऑईल असणारे उच्चतम घटक आहेत.

बरेच लोक नारळाचे तेल (खोबरेल तेल), पाम तेल, इ. टाळतात, कारण त्यातून रक्तातील अनावश्यक कोलेस्टेरॉल वाढण्याची भिती असते. अलीकडे बऱ्याच तज्ज्ञांच्या मते शरीरामध्ये रक्तातील आवश्यक कोलेस्टेरॉलची पातळी वाढवून अनेक गोठ्या शारीरिक तक्रारींना आळा घालता येतो. कारण त्यामध्ये अधिक प्रमाणात मोनो अनसॅच्युरेटेड फॅटी ॲसिड्स असतात. संपूर्ण कोलेस्टेरॉलपैकी १/६ इतकेच कोलेस्टेरॉल हे आहारातून शरीराला मिळते. असे अनेक अभ्यासातून निदर्शनास आले आहे. बाकीच्या कोलेस्टेरॉलची निर्मिती जठर करते. म्हणूनच मग तेलाचा वापर आणि त्याचे प्रमाण यावर लक्ष केंद्रित करणे आवश्यक ठरते.

हायड्रोजनेटेड मेद व तेलांपेक्षा थंड दाबाने बनविलेली तेले वापरण्याकडे कल असावा. अशा तेलांचा वापर सॅलडस्च्या सजावटीसाठी करतात. गरम केलेले तेल वारंवार गरम केल्यास ते पचण्यास कठीण जाते. निसर्गोपचार प्रणालीमध्ये जवळजवळ सर्व वनस्पतीजन्य तेलांच्याऐवजी लोणी आणि तूप वापरण्याचा पुरस्कार करतात.

प्रौढ माणसाला एका दिवसाला १५ ग्रॅम तेल म्हणजेच साधारणत: ३ टीस्पून एवढ्याच तेलाची गरज असते. मेदाचे सेवन करण्यावर अशा प्रकारे प्रतिबंध केला गेला पाहिजे की एकूण उष्मांकापैकी १५% उष्मांक त्यातून मिळाले पाहिजेत. शरीर हे कर्बोदके आणि प्रथिने यामधून मेदाचे एकत्रीकरण करू शकते. म्हणूनच मेदाच्या एकत्रीकरणासाठी काही फॅटी ॲसिड्सची आवश्यकता असते. आवश्यक ती फॅटी ॲसिड्स चरबी व तेलातून मिळविली जातात.

निसर्गोपचारांच्या मते दाणे व तेलबिया हे मेद मिळविण्याचे योग्य मार्ग आहेत. रोजची मेदाची गरज भागविण्यासाठी जर का आवश्यक तेवढे दाणे व बिया आहारातून घेतल्या तर स्वयंपाकामध्ये तेल वापरण्याची आवश्यकताच नसते.

आहारात सर्व प्रकारच्या घटकांचा समावेश असण्यामागची भूमिका

योग्य पचनासाठी आणि अन्नाच्या सद्‌उपयोगासाठी अन्नाच्या एकत्रीकरणाची भूमिका महत्त्वाची असते. आधी उल्लेख केल्याप्रमाणे, तोंडात, पोटात आणि लहान आतड्याच्या सुरुवातीच्या भागात अन्नपचन होते. पाचकरसांची क्रिया आणि त्यांची रचनाही अन्नाच्या निरनिराळ्या प्रकारांवर अवलंबून असते. उदा. लाळेच्या प्रक्रियेमुळे पिष्टमय पदार्थांचे पचन मोठ्या प्रमाणात तोंडातच होते. मेद आणि प्रथिने यांचे पचन पोटामध्ये पाचक रसांच्या प्रक्रियेमुळे होते, तर लहान आतड्याच्या सुरुवातीच्या भागात त्यांचे पचन जठर आणि स्वादुपिंडातील पाचक रसांमुळे होते. कच्चा आहार आणि फळे यांचे पचन हे मुख्यत्वेकरून तोंडातच होते. दुसरीकडे शिजवलेले अन्न मात्र पचनाची क्रिया होण्यासाठी साधारणतः तीन तासांपर्यंत पोटातच राहते.

प्रथिने आणि मेद यांच्या पचनासाठी आम्ल रस तर कर्बोदकांच्या पचनासाठी अल्कली रस आवश्यक असतो. कर्बोदके असणारा

आहार जर प्रथिने युक्त आहाराबरोबर घेतला तर अल्कली व आम्लरस दोन्हींचाही उत्सर्ग होतो. परिणामत: त्यांची क्रिया होत नाही आणि पचनाचा विपरीत परिणाम दिसतो. प्रथिने अल्कली रसाबरोबर कुजतात आणि कर्बोदके आम्लरसामुळे आंबवली जातात. म्हणूनच ज्या लोकांना पचनाच्या तक्रारी असतात, पोट जड वाटते, पित्ताचा त्रास होतो. उलट्या होतात, डोके दुखते अशा लोकांनी प्रथिने आणि कर्बोदके एकत्रितपणे खाणे चुकीचे आहे. सहा नंबरचा तक्ता हा निसर्गोपचार तज्ज्ञांच्या शिफारसीनुसार, अन्नाची विविधता दर्शवितो.

तक्ता क्र. ६

आहारातील विविधता असणाऱ्या पदार्थांची शिफारस

- प्रथिने आणि पिष्टमय पदार्थ ज्यामध्ये नाहीत अशा भाज्या
- प्रथिने आणि कच्च्या पालेभाज्या व सॅलडस्
- कर्बोदके आणि चरबीयुक्त पदार्थ
- कर्बोदके आणि पिष्टमय पदार्थ नसलेल्या भाज्या
- कर्बोदके आणि कच्च्या पालेभाज्या व सॅलडस्
- चरबीयुक्त पदार्थ आणि कच्च्या पालेभाज्या व सॅलडस्
- आम्लयुक्त फळे आणि आम्ल नसणारी फळे
- पाणीदार फळे

शिजवलेल्या अन्नासह फळे खाण्याचे विपरीत परिणाम होतात. फळांमध्ये त्यांचे स्वत:चे असे घटक पचनासाठी असतात आणि ते predigested असतात. परिणामत: ते पोटात जास्तीत जास्त वीस ते तीस मिनिटांपर्यंतच राहतात. शिजलेल्या अन्नाला मात्र पोटात सुमारे तीन तास तरी असावे लागते. शिजलेल्या अन्नाबरोबर फळे खाल्ली तर ती अधिक काळ पोटातच राहतात. परिणामत: ती आंबवली जाऊन पोटातील रसाचे आम्लामध्ये रूपांतर होते. या आंबवण्यामुळे पोटामध्ये वायू निर्माण होतो आणि पित्त इ. होते. यासाठीच निसर्गोपचारांमध्ये फळे स्वतंत्ररित्या जेवणाच्या ऐवजी खाणे किंवा शक्यतो न्याहारीच्या वेळी घेणे अधिक इष्ट समजले जाते.

जर तुम्हाला जेवणाबरोबर फळे घ्यायची असतील तर, ती जेवणाच्या किमान अर्धा तास आधी खावीत. जेणेकरून शिजलेले अन्न पोटात जाण्याआधी ती निघून गेली असतील.

आहारामध्ये उपवासाची भूमिका काय असते?

उपवासाची चार महत्त्वाची कार्ये असतात. ज्यामध्ये

१. शरीराच्या नैसर्गिक निष्कासन प्रक्रियेमध्ये वाढ करणे.

२. अतिरिक्त अन्नसाठा संपविणे

३. शरीरात साठलेल्या विषारी तत्त्वांचा निचरा करणे

४. अवयवांना टवटवीत करणे.

उपवास म्हणजे आहारावर नियंत्रण ठेवणे. उपवासाच्या कालावधीमध्ये फक्त पाणी प्यावे. ज्याच्या मदतीने शरीरातील विषारी द्रव्ये निघून जातात. उपवासामुळे पचनक्रिया मंदावते आणि त्यामुळे रासायनिक प्रक्रियाही मंदावते. साठवलेले अन्न हे श्वासोश्वास व वितरण अशा आवश्यक त्या क्रियांसाठी तसेच ऊर्जेची निर्मिती करण्यासाठी वापरले जाते.

उपवासाच्या शेवटी पचनाशी संबंधित अवयव ताजेतवाने होऊन अधिक सक्षमतेने कार्य करू लागतात. परिणामतः या ना त्या कारणाने पचनाशी संबंधित पाचकरस आणि एन्झाइम्स यांच्यावर संपूर्ण केंद्रित होते.

किती प्रमाणात अन्नसेवन करावे किंवा आहार ग्रहण करावा?

आरोग्यपूर्ण जीवनासाठी किती आहाराची आवश्यकता असते हा एक चर्चेचा विषय होऊ शकतो. बरेच आरोग्यसेवक आणि आहारतज्ज्ञ यांच्या मते कोणीही किती अन्नसेवन करावे हे वय, लैंगिक गरज, वजन, कामाचा प्रकार, दिवसभरात केल्या जाणाऱ्या शारीरिक हालचाली इ. गोष्टींवर अवलंबून असते. म्हणून अन्न नेहमी कॅलरिजच्या गणनेनुसार सुचविले जाते.

निसर्गोपचारांच्या मते, शरीरस्वास्थ्यासाठी आवश्यक असलेले अन्न घटकांचे प्रमाण हे पचनशक्तीवरच अवलंबून असते. विविध प्रकारच्या अन्नघटकांचे पचन करण्याची क्षमता ही त्या त्या व्यक्तीनुसार बदलते. म्हणूनच निसर्गोपचारतज्ज्ञ असे मानतात की, वय, उंची आणि वजन इ. नुसार आहारातील उष्मांकाच्या सेवनाबद्दलचा तक्ता हा नेहमीच प्रत्येकास प्रमाण ठरू शकत नाही. ते सर्वसाधारणत: 'Law of minimum' याचा पुरस्कार करतात. म्हणजेच स्वस्थ आणि साधारण असे जीवन जगण्यासाठी पुरेसे अन्न खाल्ले पाहिजे.

स्वास्थ टिकविण्यासाठी शरीरास कमीत कमी किती अन्नाची आवश्यकता आहे हे ठरविण्यासाठी प्रत्येक खाण्यानंतर निदान ५ ते ६ तासांनी काही लक्षणे आढळतात का याचे निरीक्षण केले पाहिजे. पोटात जडपणा वाटतो का? बद्धकोष्ठता, गॅसेस होणे, ढेकर येणे. अशक्तपणा, थकवा आणि भूक या प्रकारची लक्षणे आढळतात का? काही दिवस एका दैनंदिनीत ज्यामध्ये अन्नाचा प्रकार, त्याचे प्रमाण वरीलपैकी आढळणारी लक्षणे या सर्वांची नोंद केली जाईल. या आधारे तुमच्या अन्नाचा आरोग्यावर होणारा परिणाम आणि तुमची पचनशक्ती यांचा आढावा घेता येईल.

जर तुमच्यामध्ये वरीलपैकी कोणतेच लक्षण आढळले नाही तर तुम्ही तशाच प्रकारे अन्नसेवन करणे आवश्यक आहे. जर का तुम्हाला अशक्तपणा, थकवा किंवा भूक वाटली तर तुम्ही अन्नाचे प्रमाण वाढविले पाहिजे. जर तुम्हास पोटात जडपणा वाटला. उदरात गॅसेस झाल्यासारखे वाटेल. बद्धकोष्ठता जाणवली तर तुम्ही आहाराचे प्रमाण कमी करावे.

चवीपेक्षा, आवडीपेक्षा हे लक्षात घेणे महत्त्वाचे आहे की, तुम्हाला भुकेच्या पातळीवर किती प्रमाणात अन्न घेणे इष्ट आहे. निसर्गउपचार तज्ज्ञ आणि आयुर्वेदात असे सांगितले जाते की, तुमची भूक भागेपर्यंत, पोटभरेतोवर जेवढे जात असेल तितके खावे.

पूर्वीच्या आयुर्वेदिक ग्रंथांमध्ये असे म्हणलेले आढळते की, अर्धे पोट अन्नाने भरा, एक चतुर्थांश पोट हे पाण्याने भरा, आणि बाकीचे उरलेले एक चतुर्थांश जागा हवा खेळती राहण्यासाठी ठेवा. जर तुम्ही चवींपेक्षा भूक भागविण्यासाठी खाल्ले तर तुम्ही जवळपास या निकषांपर्यंत पोहोचता.

पुष्कळ लोक भूक व क्षुधा यात फरक करू शकत नाहीत. या दोहोंतील फरक दर्शविण्याचा एक मार्ग म्हणजे १ किंवा २ ग्लास पाणी पिणे होय. जर का तुमच्या शरीरास ऊर्जेसाठी अधिक अन्नाची गरज असेल तर भुकेची जाणीव अधिक होईल. जर तुम्हाला फक्त खाण्याची इच्छा झाली तर पाणी प्यायल्यावर लगेचच भुकेची जाणीव नष्ट होईल. हे लक्षात ठेवणे महत्त्वाचे आहे की, क्षुधा ही खाण्याबद्दलची मानसिक इच्छा असते, तुम्ही पाणी प्यायल्यानंतर लगेचच भुकेच्या जाणिवेचे तुम्ही निरीक्षण केले पाहिजे.

जेव्हा अन्नाची चव आवडते किंवा जेवणामध्ये एकाच वेळी विविध प्रकारांचा अंतर्भाव असतो, तेव्हा जेवणामध्ये कल अधिक अन्न खाण्याकडे होतो. मसालेदार पदार्थ, तळलेले पदार्थ अथवा गोड पदार्थांच्या सेवनामध्ये अनावश्यक खाण्याचा धोका वाढतो.

बरेच लोक दूरदर्शन पाहताना, पुस्तके वाचताना अथवा कामाचे कागदपत्र पाहताना, दुसऱ्यांशी बोलत असताना जेवतात. या सर्व

परिस्थितीतही अनावश्यक अन्नग्रहणाचा धोका हा वाढतो. अशा सवयी त्वरित बदलणे सहज शक्य नसते. त्यासाठी शांततेने अन्न सेवन करण्याचा प्रयत्न करावा. त्याचप्रमाणे आठवड्यातल्या किमान दोन दिवशी जेवताना टीव्ही, पुस्तके इ. सारखी व्यवधाने टाळण्याचा प्रयत्न करावा. ही सवय अंगवळणी पडल्यानंतर प्रत्येक जेवण अशाच प्रकारे घेण्याचा प्रयत्न करावा.

अन्न केव्हा ग्रहण करावे? किंवा सेवन करावे?

बरेच लोक त्यांच्या सोयीनुसार नेहमी ठरलेल्या वेळेत जेवण घेतात. उदा. कामाला जाण्यापूर्वी न्याहारी, दुपारच्या सुट्टीमध्ये जेवण व रात्रीचे जेवण कामावरून आल्यावर किंवा दिवसभराच्या विश्रांतीपूर्वी अर्थात झोपण्यापूर्वी. अशा प्रकारच्या ठरावीक वेळा या सोयीच्या असू शकतात. पण नेहमी त्याच वेळी जेवण्याची इच्छा असेलच असे नाही. निसर्गोपचारतज्ज्ञांच्या मते, पुढचे जेवण घेण्यासाठी तुम्ही भुकेची तीव्र जाणीव होण्याची वाट बघावी, कारण की, भुकेची जाणीव होणे हे तुमच्या आधीच्या जेवणाचे पूर्णतः पचन झाले आहे आणि ते शरीराच्या ऊर्जेसाठी वापरले गेले आहे याचे निदर्शक आहे.

जेव्हा तुम्हाला भूक नसेल, तेव्हा खाल्लेल्या अन्नाचे योग्य तसे पचन होत नाही यामुळे बऱ्याच वेळा अपचन होते आणि शरीरामध्ये अनावश्यक द्रव्यांची निर्मिती होते. या अनावश्यक घटकांमुळे आरोग्याच्या अनेक तक्रारी उद्‌भवू शकतात. भूक नसताना जेवण्याचे विपरीत परिणाम होऊ शकतात जे त्वरित दिसून येत नाहीत. हे लक्षात घेणे महत्त्वाचे ठरेल. या विपरीत परिणामांची नुसती लक्षणे आढळून

येण्यासही अनेक दिवस, महिने किंवा वर्षे लागू शकतात. अपचनाची तक्रार दीर्घकालीन राहिली तर ती बरी होणेसुद्धा अवघड असते.

किती वेळा अन्न ग्रहण (सेवन) करावे?

आरोग्यपूर्ण जीवनासाठी कितीवेळा अन्नग्रहण करावे याबद्दल तज्ज्ञांच्या मतांमध्ये भिन्नता आहे. तरीही पहिल्या खाल्लेल्या अन्नाचे पचन झाल्याशिवाय पुन्हा खाऊ नये यावर सर्वांचेच एकमत आहे.

नुसती फळे किंवा भाज्या खाण्याव्यतिरिक्त कुठलेही जेवण जेवल्यानंतर त्याचे पूर्णतः पचन व शोषण होण्यास सहा ते आठ तास लागतात. प्रौढ व्यक्ती साधारणतः सोळा तास जागी असते. जर अन्नाचे पूर्ण पचन होण्यास सहा ते आठ तास लागत असतील तर तत्त्वतः दररोज दोन वेळेस जेवण घेणेच इष्ट ठरेल. निसर्गोपचारतज्ज्ञ पूर्वापार चालत आलेल्या या मताचा (विचाराचा) पुरस्कार करतात. योगी माणसाला दिवसातून एकदा अन्न लागते. इतरांना दिवसांतून दोनदा आणि जो दिवसभरातून तीनदा खातो तो आरोग्याच्या तक्रारींची मोठी शृंखला तयार करीत असतो.

काही आहारतज्ज्ञांच्या मते, दोन वेळेसच खाणे हे अधिक खाण्यास कारणीभूत ठरते. त्यांच्यामते अधिकवेळा थोडेथोडे खाल्ले पाहिजे.

ओबेसिटीमुळे (लठ्ठपणामुळे) किंवा दिवसांतून दोनवेळेसच खाल्ल्याने जर अस्वस्थता वाटत नसेल, तर न्याहारीच्या वेळी फळे खावीत आणि भाज्यांचे द्रवरूपी पदार्थ हे दोन्ही वेळच्या जेवणात वापरावेत. या तीन वेळच्या खाण्याच्या मधल्या वेळात पाण्याव्यतिरिक्त काहीही घेऊ नये. फळांऐवजी न्याहारीमध्ये फळांचे रसही घेऊ शकता.

आरोग्यपूर्ण जगण्यासाठी कशा प्रकारचा आहार इष्ट आहे?

काही पदार्थ हे नैसर्गिकरीत्याच विषारी असतात. अशा प्रकारच्या पदार्थांच्या सेवनामुळे आरोग्यावर विपरीत परिणाम होतो. ज्यामध्ये नैसर्गिक पाण्याचा अंश अधिक आहे अशा स्वच्छ आणि साध्या अन्नामध्ये ज्यामध्ये कर्बोदके, प्रथिने, जीवनसत्त्वे आणि धातू इ. पोषणमूल्ये उच्चतम प्रमाणात असतात. या अन्नात चोथ्याचे प्रमाण अधिक असते व उष्मांकाचे प्रमाण आवश्यक तितके कमी असते.

न गाळलेले द्रवरूप अन्न, ताज्या भाज्या व फळे, कच्ची सॅलड्स, ताज्या फळांचे रस यामुळे वर उल्लेख केलेल्या गरजा भागतात. त्याबरोबरच आरोग्याचे संतुलनही चांगले राहते.

प्रक्रिया केलेले, कृत्रिम चवीचे, मसालेदार असे अन्न टाळा, प्राणीजन्य अन्नपदार्थांपेक्षा वनस्पतीजन्य अन्नपदार्थ प्राधान्याने वापरावेत. मांसाहारी अन्नसेवनाने आरोग्याची पातळी खालावण्याचा धोका अधिक असतो. यापैकी मधुमेह, उच्च रक्तदाब, ओबेसिटी, कर्करोग इ. ही काही उदाहरणे आहेत. मांसाहारामध्ये (Purines) असतात. ज्यामुळे

युरिक ॲसिडची शरीरातील पातळी वाढते. त्यामुळे शरीरात विषारी द्रव्ये तयार होतात. कारण, सर्व प्राण्यांच्या शरीरातील जाळ्यांमध्ये (टिश्यूंमध्ये) विषारी टाकाऊ पदार्थ असतात.

उच्चतम (अधिक चांगल्या) पोषणमूल्यांसाठीच्या सूचना –

❖ अन्नाचे चर्वण करणे –

हा एक पुरातन सल्ला आहे की, अन्न योग्यरीत्या चावून खा. कारण, तुमच्या पोटामध्ये दात नाहीत, हे लक्षात असू द्या. अन्न द्रवरूप होत नाही तोपर्यंत त्याचे चर्वण करीत रहा. यामुळे अन्नाचे लाळेमध्ये योग्य मिश्रण होईल आणि तोंडातल्या तोंडातच पचनाची क्रियाही सुरू होईल. चांगले चावून खाल्ले की, अन्नाचे पचन सुलभ व योग्य तसे होते.

❖ द्रवपदार्थ खा आणि घनपदार्थ प्या –

जेव्हा तुम्ही घनपदार्थ खाता तेव्हा त्यांचे द्रवात रूपांतर होईपर्यंत चावतच रहा आणि जेव्हा तुम्ही द्रवपदार्थ सेवन करीत असता तेव्हा ते तोंडात चावल्यासारखे करा म्हणजे लाळेबरोबर त्यांचे मिश्रण होईल.

❖ जेवताना तणावमुक्त रहा–

स्वत:ला मानसिक ताणांपासून चिंता, भीती, राग व दु:ख यापासून मुक्त ठेवा. कारण की, अशा प्रकारच्या भावना पाचकरसाच्या विमोचनामध्ये अडथळा आणतात. आणि मेंदू व पचनसंस्थेतील वितरणामध्येही अडथळा निर्माण करतात. पचनावर विपरीत परिणाम करणाऱ्या, वर उल्लेखलेल्या भावनांवर नियंत्रण करण्यासाठी जेवणापूर्वी काही मिनिटे दीर्घश्वसनासारख्या मनस्वास्थास हितकारक गोष्टी आत्मसात करून अमलात आणाव्यात.

❖ पाणी पिणे–

पाणी हे पचनासाठी खूप महत्वाचे आहे. जेवणापूर्वी साधारणत: अर्धा किंवा एक तास आधी एक ते दोन ग्लास पाणी प्यावे किंवा जेवणानंतर एक तासाने पाणी प्यावे. यामागे तीन महत्वाची कारणे आहेत.

१. जेवताना पाणी प्यायले तर पाचकरसांच्या एकाग्रतेमध्ये बदल होतो.

२. थंड पाण्यामुळे पोटातील रक्तवाहिन्यांवर परिणाम होतो आणि रक्ताचा प्रवाहीपणा कमी होतो.

३. जेवताना पाणी घेतल्याने अन्नाचे प्रमाण वाढते व त्यामुळे

पचन होण्यापूर्वीच अन्न जठरातून लहान आतड्याकडे वाहून नेले जाते.

जर तुम्हाला जास्तीच तहान भासत असेल, तर जेवताना एखादा घोट पाणी प्यायला हरकत नाही.

❖ जेवणानंतर लगेच झोपू नका–

अन्नाचे योग्य प्रमाणात पचन होण्यासाठी रक्त प्रवाही असणे आवश्यक असते. जेवल्याजेवल्या जर तुम्ही झोपलात तर पचनसंस्थेला आवश्यक तेवढे रक्त मिळत नाही. परिणामत: अपचन संभवते. जेवणानंतर तीन तासांनी झोपावे.

❖ जेवणानंतर लगेच व्यायाम करू नये–

स्नायूंना व मुख्यत: फुफ्फुसांना होणारा रक्तपुरवठा व्यायामामुळे वाढतो. परिणामत: पचनसंस्थेसाठी कमी रक्त उपलब्ध होते. म्हणूनच जेवणानंतर तीन-चार तासांनीच व्यायाम करावा. रिकाम्या पोटी व्यायाम करणे इष्ट असते.

❖ उशीराचे जेवण टाळा–

सायंकाळी साडेसात वाजण्यापूर्वी जेवण घ्यावे म्हणजे रात्री दहा

वाजल्यानंतर झोपण्यापूर्वीच सर्व अन्नाचे पचन झालेले असते.

❖ **अल्कोहोलचे सेवन टाळावे–**

कारण ते खिन्नता व मंदपणा आणते.

❖ **जेवणानंतर थंड पदार्थ टाळावेत–**

ते तुम्ही वेगळ्यावेळी घेऊ शकता.

❖ **साखर टाळावी–**

शक्यतो लोह व धातू युक्त गुळाचा वापर साखरेऐवजी करावा.

चला जाणून घेऊ या!

आयुर्वेदाद्वारे

आहार आणि आरोग्य

वैद्य सुरेश चतुर्वेदी । अनुवाद : **ज्योतिका चितळे**

आयुर्वेदिक उपचारांचा आधार म्हणजे आहार आहे. सगळ्या प्रकारचे रोग हे पचनसंस्थेतनं निर्माण होतात आणि त्याचं कारण म्हणजे अन्नपचन नीट न होणं किंवा अयोग्य अन्नाचं सेवन करणं. ह्या विश्वासावर आधारित अशी आयुर्वेदिक औषधोपचार- पद्धती निर्माण झाली.

योग्य आहारानं आपलं आरोग्य कसं जतन करावं, प्रकृतीचं रक्षण कसं करावं आणि योग्य आहाराने रोग कसे बरे करावेत, या विषयी हे पुस्तक आपल्याशी संवाद साधेल. परिणामकारक अशी आयुर्वेदिक उपचारपद्धती जाणून घेण्यासाठी आणि अमलात आणण्यासाठी हे पुस्तक अतिशय मौल्यवान आणि मार्गदर्शक आहे.

८. घराचं प्रवेशद्वार पुढे आलेलं नसावं. त्यामुळे प्रकृतीवर आणि आर्थिक व्यवहारांवर वाईट परिणाम होऊ शकतो. अशा प्रवेशद्वाराच्या बाजूला फुलझाडं लावून हा परिणाम नाहीसा करता येतो.

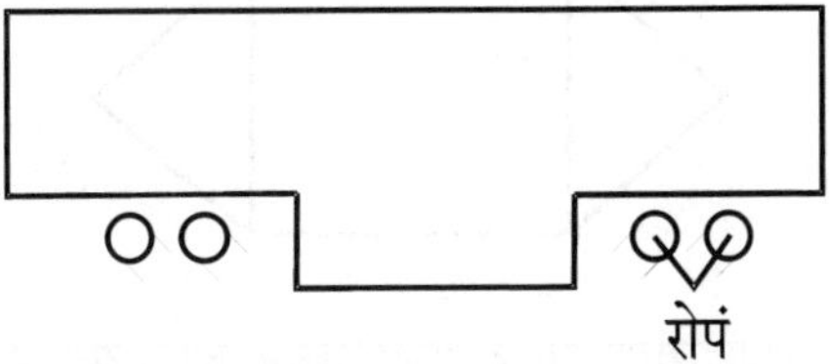

९. प्रवेशद्वार व मागचं दार गोलाकारात असलेलं चांगलं असतं. त्यामुळे नशीब उदयाला येतं.

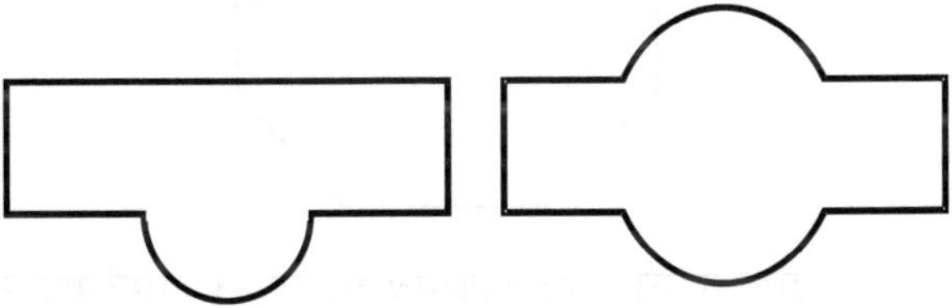

१०. घराच्या बाजूंना त्रिकोणी प्रोजेक्शन असणं आरोग्याच्या दृष्टीनं हानिकारक असतं.

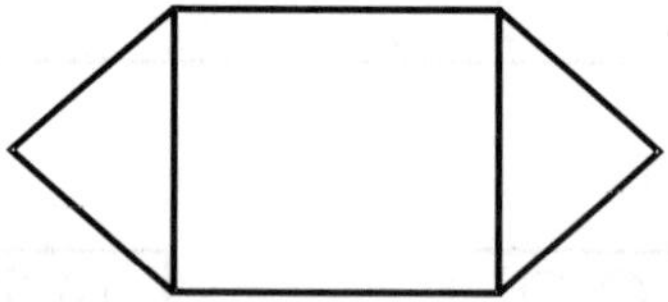

११. प्रवेशद्वारातून सरळ दोन्ही बाजूंना जाता येत असल्यास ते चांगलं असतं. मात्र अशा कर्णासारख्या मार्गावर दार नसावं.

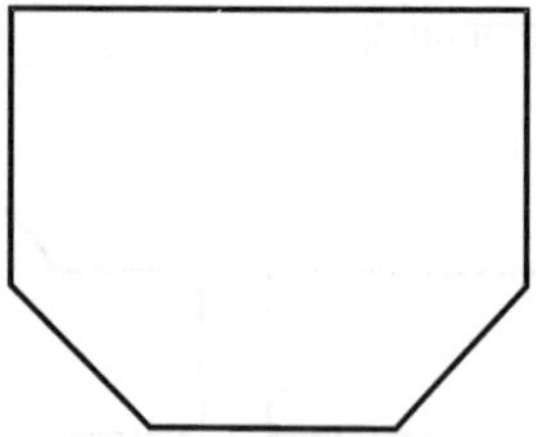

१२. इंग्लिश 'टी' (T) आकाराचं घर चांगलं असतं मात्र टी आकाराच्या उभ्या बाजूची लांबी ही आडव्या बाजूच्या रुंदीपेक्षा जास्त नसावी.

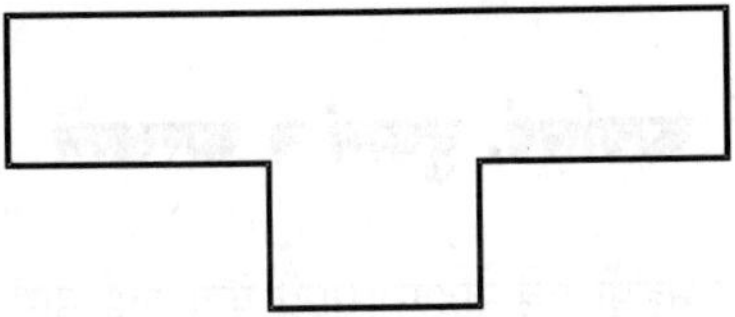

१३. क्रॉसच्या आकाराचं घर असल्यास अशा घराच्या मालकाची मालमत्ता कमी होणं, नष्ट होणं अशा गोष्टी घडू शकतात.

कार्यालयं, दुकानं व कारखाने

१. स्पर्धेत नेहमी पुढे राहण्यासाठी फेंग शुई मार्ग सुचवते.

२. फेंग शुईच्या तत्त्वांप्रमाणे कार्यालयात बदल करून व्यवसायात सुधारणा घडवून आणता येते.

कार्यालयं

१. कार्यालयाच्या किंवा कंपनीच्या डिरेक्टरची, मुख्य अधिकाऱ्याची, खोली प्रवेशद्वारापासून दूर, शक्यतो एका कोपऱ्यात व मोक्याच्या जिथून सगळीकडे लक्ष राहील अशा ठिकाणी असावी.

२. त्याच्या खोलीकडे जाणारा मार्ग रुंद, मोकळा असावा. त्यामुळे 'की'चा प्रवाह मुक्तपणे चालू राहतो.

३. अंधाऱ्या, लांब बोळाच्या टोकाला डिरेक्टरची खोली नसावी. कारण त्यामुळे व्यवस्थापन कमजोर होतं.

४. डिरेक्टरची खोली टॉयलेटपेक्षा उंचावर असावी. ती इतर भागापेक्षाही उंचावर किंवा वरच्या मजल्यावर असलेली अधिक चांगली.

५. त्या खोलीचं आढं हे इतर खोल्यांपेक्षा अधिक उंचावर असावं.

६. चौरस किंवा काटकोनी कार्यालयं व्यवसायाच्या दृष्टीनं चांगली असतात. पण इंग्लिश 'एल' (L) च्या आकाराच्या कार्यालयांमुळे समस्या निर्माण होतात.

७. काटकोनाकृती कार्यालयाची लांबी ही रुंदीपेक्षा थोडी अधिक असावी.

८. कार्यालयात डेस्कच्या वर दिवा, रोप किंवा इतर काही वस्तू टांगू नये.

९. खोलीत पुढे आलेले काही कोपरे असल्यास त्यांच्या पुढे फुलझाडं किंवा रोपं ठेवावीत.

१०. कामाला बसण्याचं डेस्क दारापासून दूर, शक्यतो एखाद्या कोपऱ्यात असावं आणि बसणाऱ्याचं तोंड दाराकडे होईल अशा रीतीनं बसावं.

११. डेस्कच्या मागे खिडकी नसावी, भिंत असावी. त्यामुळे व्यवसाय-धंदा सुरक्षित आणि सुस्थित राहतो.

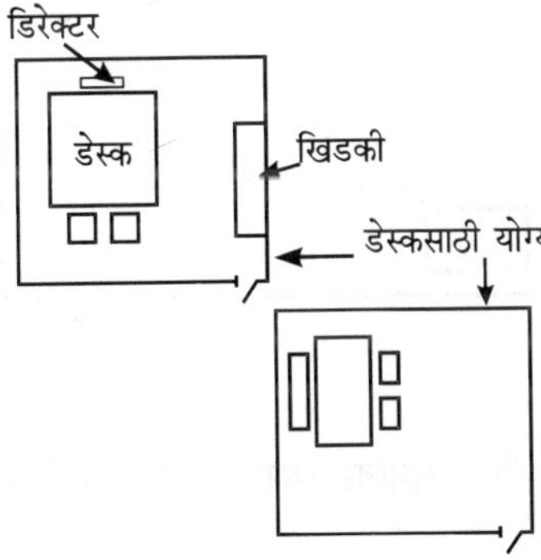

१२. दाराच्या जवळ बसणाऱ्या व्यक्तीला कामावरून लवकर परत जाण्याची इच्छा व्हायची शक्यता असते. तसं होऊ नये म्हणून दाराचं प्रतिबिंब पडेल अशा बेतानं समोरच्या भिंतीवर आरसा लावावा.

१३. खोलीत दोन व्यक्ती बसणार असल्या तर दोघींचंही तोंड दाराकडे असावं.

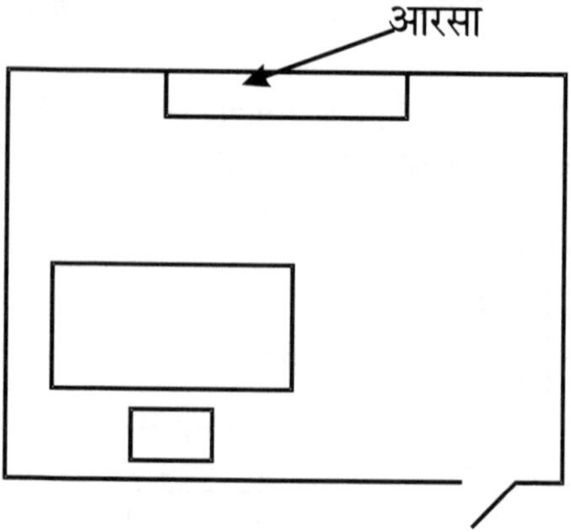

१४. डेस्क भिंतीला समांतर असावं आणि अगदी कोपऱ्यात असू नये.

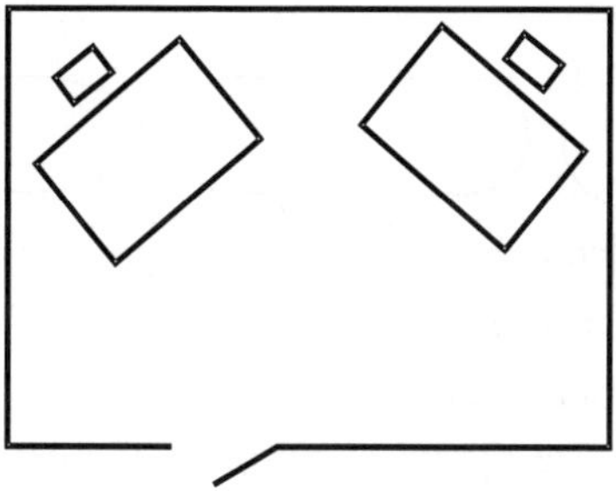

१५. डेस्क खूप मोठं किंवा खूप लहान असू नये.

१६. व्यापार-धंद्यासाठी चौरस व काटकोनी डेस्क/टेबलं योग्य असतात.

१७. सृजनशील, निर्मितीक्षम कामांसाठी वर्तुळाकार, लंब-वर्तुळाकार किंवा टोकांना गोलाकार असलेली डेस्क्स/टेबलं असावीत.

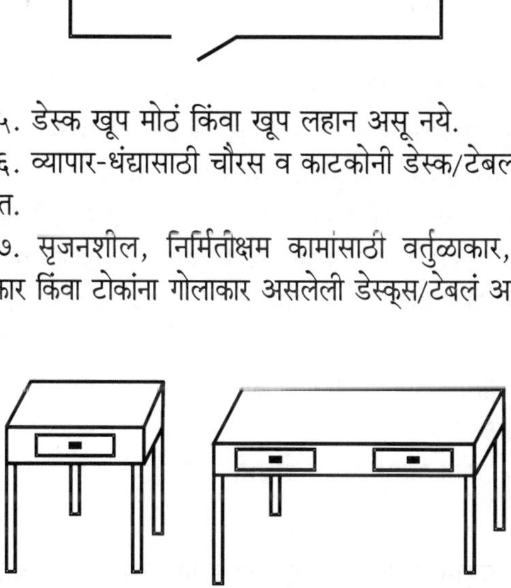

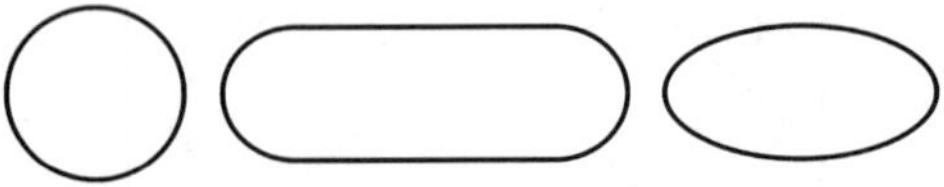

१८. फर्निचरचे रंग सौम्य असावेत. भडक नसावेत.

१९. कार्यालयात रोपं, फुलदाण्या, फ्लॉवरपॉट्स, चित्रं, मत्स्यालय अशा गोष्टी ठेवल्यास भरभराट होते.

२०. रोपं, झाडं ही दीर्घायुष्य दर्शवतात. ती नेहमी डेस्कच्या मागे ठेवावीत म्हणजे 'की'चा प्रवाह चांगला, सुरळीत राहतो.

२१. दिव्याचा प्रकाश फार मंद किंवा फार प्रखर असू नये. प्रकाशामुळे प्रसन्न व संतुलित वातावरण तयार व्हावं.

२२. कार्यालयातील खोल्यांमधे हवा चांगली खेळती असावी.

२३. रोख पैशाचे व्यवहार जिथे होतात ती खोली इमारतीच्या मध्यभागी किंवा एखाद्या शांत जागी असल्यास धंद्याला प्रोत्साहन मिळतं.

२४. कॉम्प्युटरमुळे 'की'ला उजाळा येतो आणि तिचं चलनवलन अधिक चांगलं होतं. म्हणून तो असा ठेवावा की काम करणाऱ्याचं तोंड दाराकडे होईल.

२५. फोन कॉम्प्युटरच्या शेजारी असावा.

दुकानं

१. दुकानाचं प्रवेशद्वार दुसऱ्या इमारतीच्या कोपऱ्याकडे तोंड करून नसावं.

२. दोन इमारतींमधल्या चिंचोळ्या बोळाकडे तोंड करून दुकानाचं प्रवेशद्वार नसावं. कारण त्यामुळे व्यवसायात नुकसान होऊ शकतं.

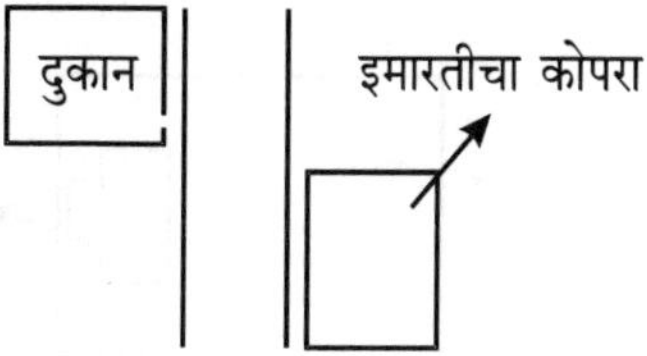

३. दुकानाचं प्रवेशद्वार एखाद्या बोळात किंवा पॅसेजमध्ये उघडणारं नसावं. किंवा तिथून जाणारा मार्ग थेट बोळात जाणारा नसावा.

४. प्रवेशद्वार अतिरिक्त 'की' आकर्षित करण्याइतकं मोठं नसावं

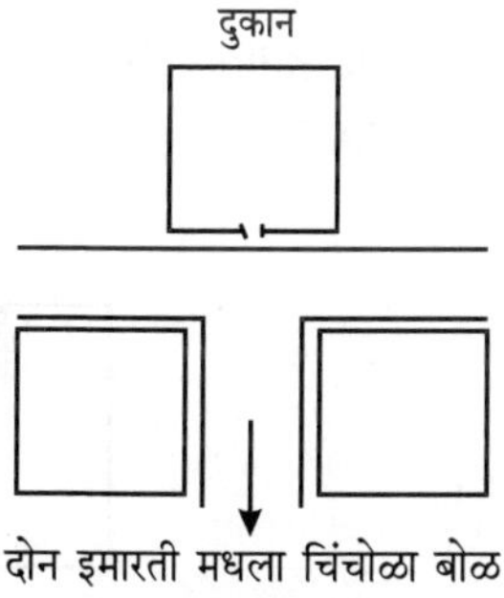

किंवा 'की'च्या प्रवेशाला अडथळा होईल इतकं लहानही नसावं.

५. पैशांच्या व्यवहाराची जागा, कॅश काऊंटर, दरवाज्याला समांतर नसावा.

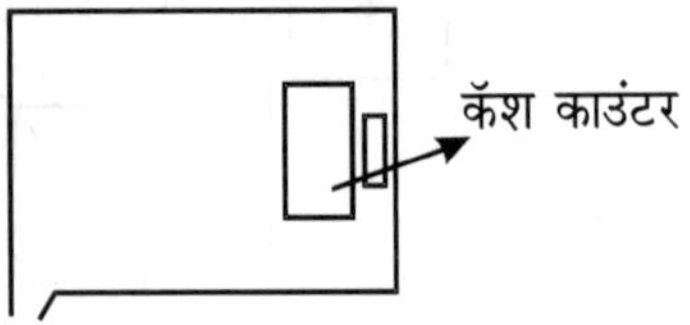

कारखाने

१. दुकानं व कार्यालयांना लागू होणारे फेंग शुई नियम कारखान्यांनाही लागू पडतात.

२. कारखान्यांना नियम लागू करताना तिथे कशा प्रकारचं काम चालतं त्याचा विचार करावा लागतो कारण कारखान्यात साठवण करण्यासाठी मोठी जागा लागते.

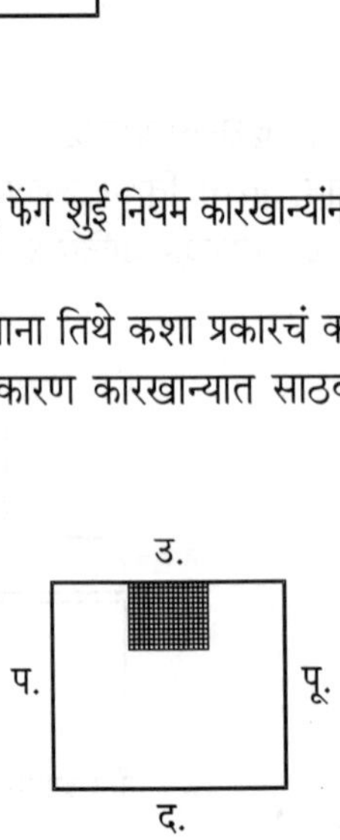

३. ड्रिलिंग मशीन्स, रोटेटिंग मशीन्स अशी यंत्रसामुग्री असणारा विभाग कारखान्यात उत्तरेला असावा.

४. माल साठवणं, सुरक्षा गेट इ.साठी उ. पूर्व दिशा उत्तम असते.

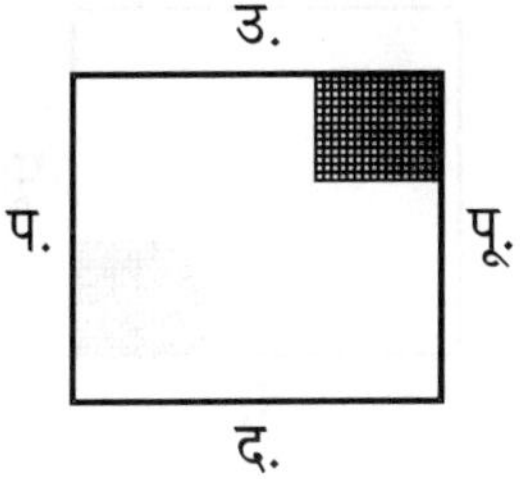

५. टपाल पाठवणं, माल-वाहतूक आणि चालू कामांसाठी पूर्व दिशा योग्य असते.

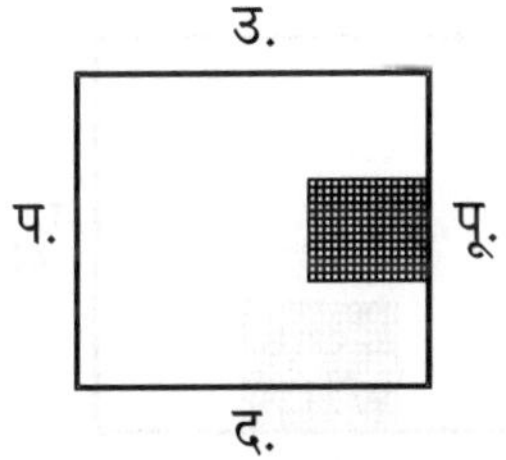

६. कामगार-बहुल म्हणजे पुष्कळ कामगार लागतात अशा कामांसाठी दक्षिण-पूर्व दिशा फायदेशीर ठरते.

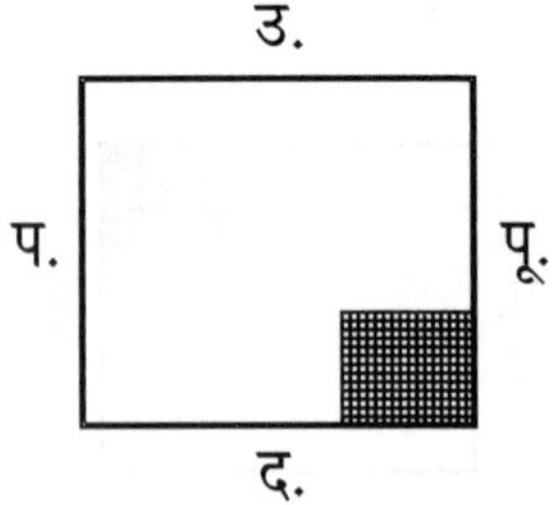

७. भट्ट्यांसारख्या ऊष्ण यंत्रसामग्रीसाठी दक्षिण दिशा योग्य असते.

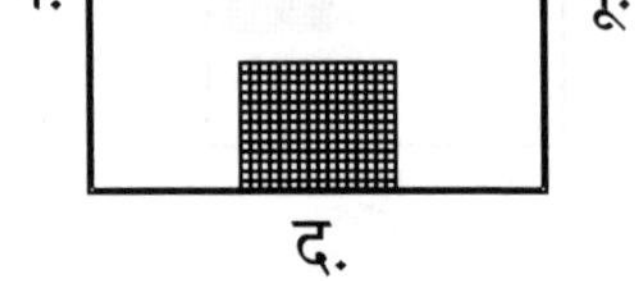

८. जैविक प्रक्रियांसाठी दक्षिण-पश्चिम दिशा चांगली असते.

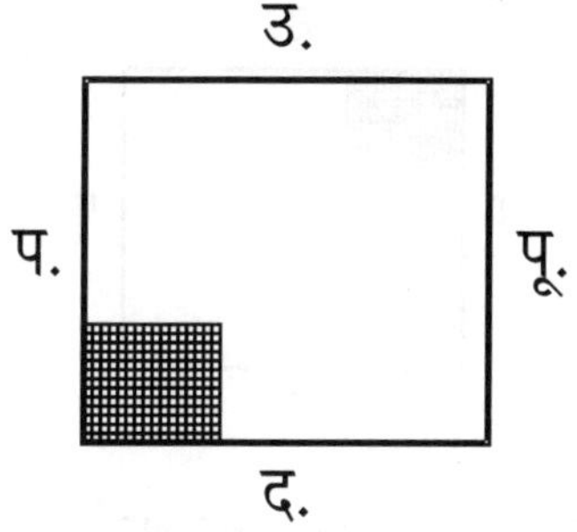

९. मनोरंजनासाठी पश्चिम दिशा आदर्श असते.

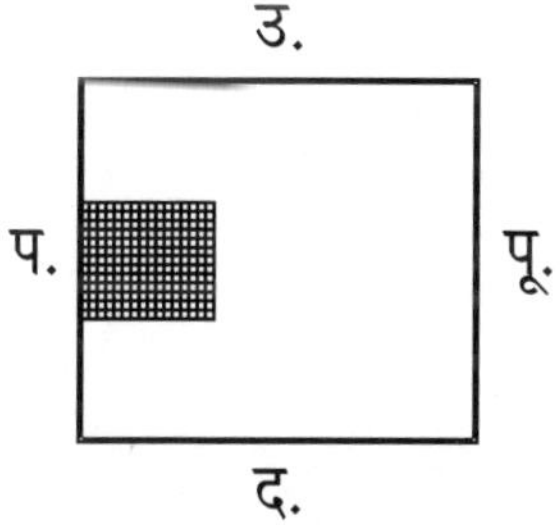

१०. कँटीन, व्यवस्थापन, प्रक्रियांचे प्राथमिक आराखडे, रेस्ट

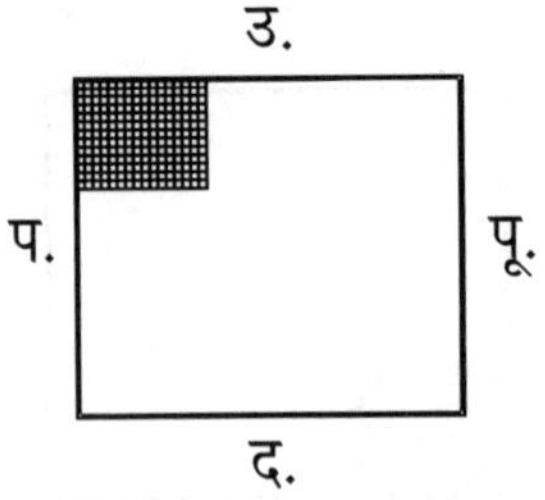

रूम्स इ.साठी उ. पश्चिमेची जागा उत्तम असते.

बा-गुआ व उपाय

बा-गुआ (याचा उच्चार पाकुआ असाही करतात) हा एक अष्टकोनी तक्ता किंवा नकाशा असतो. तो आठ दिशांचं आणि आपल्या आयुष्यातल्या आठ आकांक्षांचं प्रतीक असतो. नंतरचा स्वर्ग-क्रम तो हाच. त्याच्या आठ दिशा व आठ आकांक्षा पुढीलप्रमाणे आहेत–

	दिशा	त्रि-रेषाकृती	नैसर्गिक तत्त्व	आकांक्षा	रंग
१.	दक्षिण	ली	अग्नी	कीर्ती व भरभराट	लाल
२.	दक्षिण-पूर्व	ह-सुन	वारा	संपत्ती	निळा, जांभळा, लाल
३.	पूर्व	चेन	ढगांचा गडगडाट	आरोग्य व कुटुंबीय	हिरवा
४.	उत्तर-पूर्व	केन	पर्वत	ज्ञान	काळा, निळा, हिरवा

५.	उत्तर	कान	जल	कर्तृत्व-कारकीर्द	काळा
६.	उत्तर-पश्चिम	कीएन	स्वर्ग	मदतनीस, सहकारी	काळा पांढरा, राखाडी
७.	पश्चिम	तुई	जलाशय	संतती	पांढरा
८.	दक्षिण-पश्चिम	कुन	पृथ्वी	विवाह	लाल, गुलाबी, पांढरा

हा क्रम अष्टकोनी आकृतीनं दाखवता येतो.

दक्षिण (अग्नी ☲)

१. अग्नीचं घर (जागा) हे प्रकाश व स्वच्छता, स्पष्टता यांचं प्रतीक आहे.

२. हे घर आतून प्रकाशित झालेलं असतं आणि इतरांना प्रकाशित करतं.

३. या घराचा बा-गुआ प्रबल असेल तेव्हा त्या घरातील लोकांना कीर्ती प्राप्त होते. जेव्हा बा-गुआ दुर्बल असतो तेव्हा इतरांच्या प्रभावामुळे त्यांचा आत्मविश्वास कमी होतो.

दक्षिण-पूर्व (वारा ☴)

१. हे घर सुदैव व संपत्तीचा निरंतर प्रवाह दर्शवतं.

२. केलेल्या चांगल्या कामाची वाहवा, सहकाऱ्यांकडून मान्यता

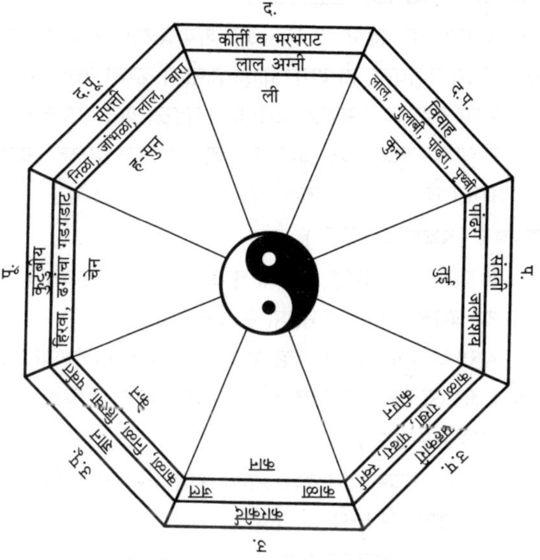

आणि बढती या गोष्टी यानं सुचवल्या जातात.

३. जेव्हा या घराचा बा-गुआ प्रबल असतो तेव्हा सुदैवाचा प्रवाह सुरू राहतो पण जेव्हा तो दुर्बल होतो तेव्हा अपघात व कायदेशीर कटकटींना तोंड द्यावं लागतं, नुकसान होतं.

पूर्व (ढगांचा गडगडाट ☳)

१. ढगांचा गडगडाट हा एक अतिशय प्रबल आणि निरुपद्रवी शक्तीचा उदय दर्शवतो. ही शक्ती काही हानी न करता विखरून जाते.

२. हे घर वडीलधारी मंडळी, अधिकारी मंडळी यांचं वास्तव दर्शवतं.

३. याचा बा-गुआ प्रबल असतो तेव्हा खूप यश मिळतं आणि तो दुर्बल असतो तेव्हा शक्ती, ऊर्जा वाया जाते, मरगळ येते.

उत्तर-पूर्व (पर्वत ☶)

१. हे घर ध्यान-धारणा, प्रार्थना व आंतरिक ज्ञानाचं प्रतीक आहे.

२. या घराचा बा-गुआ नेहमी संतुलित असावा.

३. याचा बा-गुआ असतो तेव्हा घरात ताण व कलह दर्शवतो आणि तो दुर्बल असला तर जोडप्याला संतती न होण्याची शक्यता असते.

उत्तर (जल ☵)

१. नोकरी-व्यवसायात यश आणि स्वतंत्र निर्णय घेण्याची संधी असलेल्या पदांवर नियुक्ती या गोष्टी हे घर दर्शवतं.

२. या घराचा प्रबल बा-गुआ पुष्कळ संपत्ती आणि त्या संपत्तीचा योग्य विनियोग दर्शवतो तर दुर्बल बा-गुआ घरातील एखाद्या व्यक्तीचं अनारोग्य दाखवतो.

उत्तर-पश्चिम (स्वर्ग ☰)

१. या घरातील सृजनशील शक्ती (जिला 'सहायक मित्र' म्हणतात) सूर्यप्रकाश, पाऊस आणि इतर नैसर्गिक शक्तींनी भूमीचं सिंचन करते.

२. हे घर चांगले मित्र व शेजारी दर्शवतं.

३. याचा बा-गुआ प्रबल असताना या घरातील माणसं, आर्थिकदृष्ट्या कमकुवत असलेल्यांना आधार देतात तर बा-गुआ दुर्बल असला तर नोकरमाणसांच्या समस्या उभ्या राहतात.

पश्चिम (जलाशय ☱)

१. हे घर कला, निर्मितीक्षमता यांचं प्रतीक आहे. याच्यामुळे मुलं व आनंद मिळतो.

२. याचा बा-गुआ प्रबल असला तर समाजात चांगलं स्वागत आणि सुख मिळतं पण खर्चाला आवर घालणं कठीण होतं. त्यामुळे आनंद कमी होतो.

दक्षिण-पश्चिम (पृथ्वी ☷)

१. हे घर लग्नाच्या जोडीदाराशी व कुटुंबातील इतरांशी चांगले संबंध दर्शवतं.

२. याचा बा-गुआ प्रबल असला तर पुरुषांपेक्षा स्त्रियांना अधिक सुख मिळतं पण तो दुर्बल असला तर स्त्रियांपुढे अनेक अडचणी उभ्या राहतात आणि त्यांना जमीन विषयक समस्यांना तोंड द्यावं लागतं.

बा-गुआचा उपयोग

१. बा-गुआचा अष्टकोन घर, खोली, फर्निचर, जमीन या व इतरही गोष्टींवर स्थापून किंवा कल्पून त्याचा विचार करता येतो.

२. बा-गुआ तळहातावर किंवा चेहऱ्यावर कल्पून नशीब सांगता येतं असं काही तज्ज्ञ म्हणतात.

३. बा-गुआचा उपयोग करण्याच्या पद्धतीला 'की'चा तीन-दरवाजा म्हटलं जातं.

४. यात पुढच्या मुख्य दाराला फार महत्त्व असतं.

५. या पुढच्या दारानं 'की' घरात प्रवेश करते आणि सुख, शांती, सुसंगती निर्माण करते.

६. घराचा बा-गुआ बघताना बा-गुआ नकाशा आपल्या घराच्या दिशांप्रमाणे घरावर रेखाटल्याची कल्पना करावी. पुढचं मुख्य दार ज्या दिशेला असेल त्याप्रमाणे त्या दिशेचे गुण अनुभवाला येतील.

७. समजा, घराचं मुख्य प्रवेशद्वार उत्तरेकडे आहे. असं असल्यास ते कोणत्या ठिकाणी आहे यावर त्याचे गुण ठरतात. घराचं मुख्य दार मध्यभागी उघडत असल्यास त्यावरून कर्तृत्व व कारकीर्द चांगली ठरेल. ते दार भिंतीच्या उजवीकडे असल्यास मदतीला धावून येणारी माणसं भेटतील, सहाय्यकर्ते भेटतील. आणि जर दार भिंतीच्या डावीकडे उघडत असेल तर ज्ञानप्राप्ती होईल.

८. घरातील प्रत्येक दरवाजाचा एक बा-गुआ ठरवता येतो.

९. प्रत्येक मजल्याचा स्वतंत्र बा-गुआ असतो. जिन्याच्या पायऱ्या संपून जिथे मजला सुरू होतो तिथे त्या बा-गुआची सुरवात होते.

१०. प्रत्येक खोलीचा स्वतःचा बा-गुआ असतो.

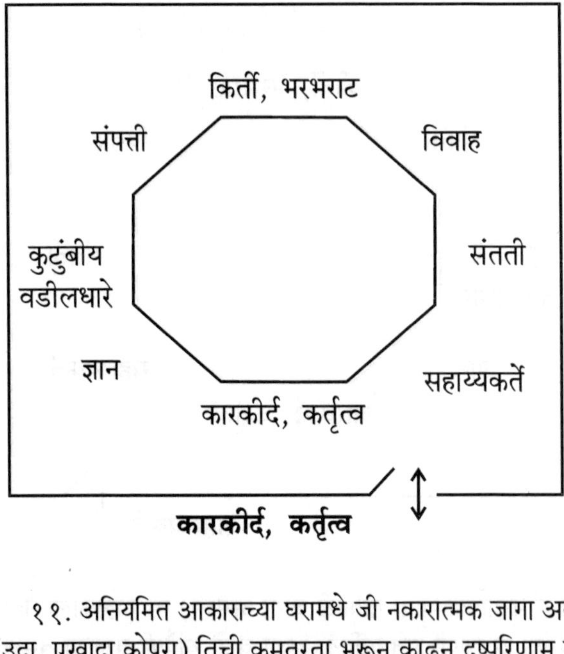

कारकीर्द, कर्तृत्व

११. अनियमित आकाराच्या घरामधे जी नकारात्मक जागा असते (उदा. एखादा कोपरा) तिची कमतरता भरून काढून दुष्परिणाम नष्ट करण्यासाठी आरसा किंवा वाऱ्यानं किणकिणणाऱ्या घंटा टांगणं, बिलोरी किंवा स्फटिकाचा गोलक (Crystal Ball) टांगणं किंवा एखादी वेल लावणं यासारखे उपाय योजता येतात. समजा, संपत्तीचा निदर्शक असलेला कोपरा जर नसला (अनियमित आकाराच्या वास्तूत

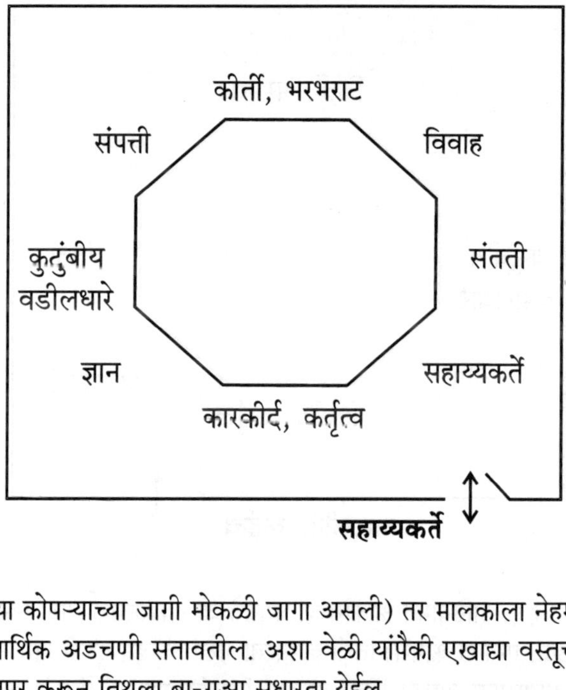

त्या कोपऱ्याच्या जागी मोकळी जागा असली) तर मालकाला नेहमी आर्थिक अडचणी सतावतील. अशा वेळी यांपैकी एखाद्या वस्तूचा वापर करून तिथला बा-गुआ सुधारता येईल.

१२. तसंच, कार्यालयाच्या खोलीत कीर्ती व भरभराट दर्शवणाऱ्या कोपऱ्यात किंवा त्या बाजूला लाल फुलांचा गुच्छ ठेवल्यास तिथे काम करणाऱ्याची बढती होईल.

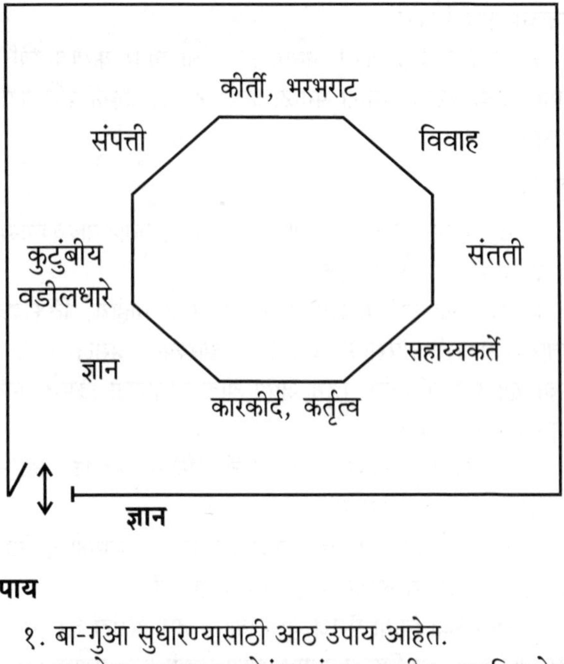

उपाय

१. बा-गुआ सुधारण्यासाठी आठ उपाय आहेत.

१. आरसे २. प्रकाश ३. रोपं/झाडं ४. पाणी ५. स्फटिकगोलक ६. वाऱ्यानं किणकिणाऱ्या घंटा ७. बासऱ्या व ८. रंग

२. या उपायांमुळे खोलीचा बा-गुआ सुधारतो आणि घरातील 'की'चा प्रवाह अधिक चांगल्या प्रकारे होऊन घराच्या अनियमिततेचं

संतुलन साधलं जातं.

३. यापैकी एक किंवा अनेक उपायांचा वापर करण्यापूर्वी ती जागा स्वच्छ करून तिथली सगळी अडगळ, कोळीष्टकं वगैरे काढून टाकावी.

आरसे

१. दुष्टात्म्यांना पळवून लावण्यासाठी व 'की'चा प्रवाह वाढवण्यासाठी आरशांचा उपयोग केला जातो.

२. घरातला जो कोपरा किंवा जी जागा नाहीये, तिकडच्या भिंतीच्या टोकाशी आरसा टांगल्यास त्या आरशात, असलेल्या जागेचं किंवा खोलीचं प्रतिबिंब पडून जागा वाढल्यासारखी दिसते आणि संतुलन साधलं जातं.

३. बेडरूममधे आरसा लावण्याचं टाळावं. म्हणजे 'की'त्या खोलीत सौम्यपणे फिरत राहील.

४. घरातली दारं नीट सरळ रेषांमधे उघडणारी नसली तर योग्य त्या ठिकाणी आरसे लावून संतुलन साधता येतं.

५. बोळाच्या किंवा पॅसेजच्या टोकाला दार असलं तर त्यामुळे आरोग्याच्या समस्या निर्माण होतात आणि नोकरी-व्यवसायात अडथळे येतात. अशा वेळी त्या दारावर आरसा टांगावा.

६. आपल्या झोपण्याच्या जागेसमोर किंवा पलंगासमोर आरसा नसावा. कारण चिनी लोकांची अशी समजूत आहे की आपण झोपलेले

असताना आपला आत्मा शरीराबाहेर पडतो आणि आरशातलं प्रतिबिंब पाहून अस्वस्थ होतो.

७. दुकानातील कॅश काऊंटरच्या मागे आरसा टांगल्यास फायदा वाढतो.

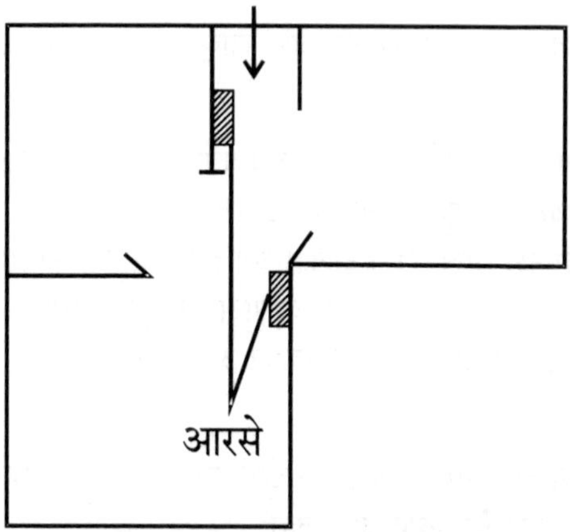

८. दुकानातील वस्तूंच्या मांडणीमागे आरसा लावल्यास मांडणीची खोली वाढते आणि जागा जास्त असल्यासारखी वाटते.

९. दुकानाचं प्रवेशद्वार आरशासमोर असू नये कारण त्यामुळे

‘शा’च्या प्रवेशाला प्रोत्साहन मिळेल.

१०. ‘की’चा प्रवाह मुक्तपणे सुरू राहण्याला प्रोत्साहन म्हणून लावायचा आरसा भिंतीशी थोडासा कोन करून टांगलेला असावा, तर ‘शा’चा प्रतिसार करण्यासाठी लावायचा आरसा भिंतीला समांतर टांगावा.

११. आरसा नेहमी स्वच्छ आणि अभंग असावा.

१२. दोन आरसे एकमेकांशेजारी लावू नयेत.

प्रकाश

१. प्रकाश हे सूर्याचं म्हणजे ऊर्जेचं प्रतीक आहे. म्हणजे तो जिथे असेल तिथला बा-गुआ चैतन्यमय असतो.

२. इंग्लिश ‘एल’ (L) आकाराच्या इमारतीत जो कोपरा नसेल त्याच्याठिकाणी दिवा लावल्यास बा-गुआ संतुलित होतो.

३. प्रखर दिव्यांपेक्षा सौम्य प्रकाश अधिक चांगला.

रोपं

१. रोपं ही निसर्गाची आणि वाढीची प्रतीक असतात. म्हणून ती खोलीतील ‘की’चा प्रवाह वाढवतात.

२. कोपऱ्यात ठेवलेल्या रोपांमुळे ‘की’चं चलनवलन चांगलं होतं.

३. तीक्ष्ण कोपऱ्यात (Sharp corner) ठेवलेल्या रोपांमुळे त्या कोपऱ्याचे वाईट परिणाम दूर होतात.

४. मोठ्या खिडक्यांमधे ठेवलेल्या फुलदाण्यांमुळे वेगानं येणाऱ्या 'की'चं नियंत्रण होतं.

५. कृत्रिम रोपंही चांगली असतात. त्यांची पानं सुकत नसल्यामुळे 'की'चं नुकसान करत नाहीत, तिला मृतप्राय करत नाहीत.

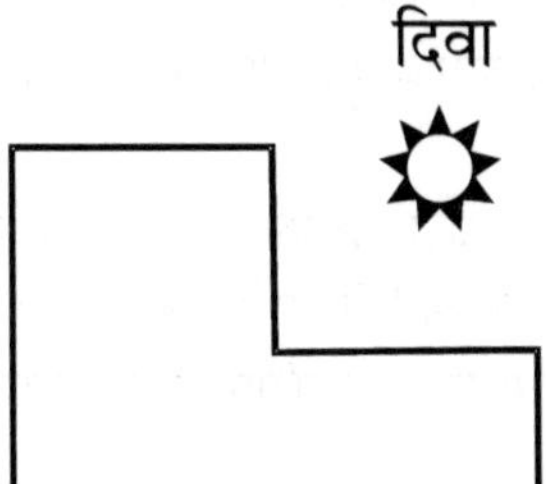

पाणी

१. पाणी हे संपत्तीचं प्रतीक आहे. ते सुदैव आणि ऊर्जा घरात घेऊन येतं.

२. घराच्या पुढच्या खोलीत किंवा कार्यालयाच्या स्वागत कक्षात एखादं लहानसं कारंजं ठेवल्यास तिथला बा-गुआ चैतन्यमय होतो.

३. दुकानातल्या किंवा रेस्टॉरंटमधल्या कॅश काऊंटरजवळ माशांचं काचेचं मत्स्यालय ठेवल्यास पैसा चांगला मिळतो. असं मत्स्यालय घरात किंवा कार्यालयातही ठेवता येईल. त्याच्यामुळे खोलीतील दूषितपणा शोषला जाईल.

स्फटिक गोल (Crystal Balls)

१. स्फटिक गोल हा विधायक ऊर्जेचं प्रतीक असतो. तो घरातील 'की' आणि बा-गुआ यांमधे सुधारणा घडवून आणून सुदैवाला वाट करून देतो.

२. त्यांच्यातून प्रकाश परावर्तित होतो आणि दूषित 'की'चं रूपांतर चांगल्या विधायक 'की' मधे होतं.

३. घरात 'की'चा प्रवाह मुक्तपणे चालू राहण्यासाठी ते मदत करतात.

४. महागड्या न परवडणाऱ्या हिऱ्यांऐवजी लहान लहान स्फटिक वापरल्यास ते अधिक योग्य ठरतात.

वाऱ्यानं किणकिणणाऱ्या घंटा

१. वाऱ्यानं हलून वाजणाऱ्या घंटा सुसंगती, सुरेलपणा यांचं प्रतीक असतात. त्यांच्यामुळे 'की'चा प्रवाह नियंत्रित होतो आणि बा-गुआत चांगली वाढ होते.

२. घरात 'शा'चा प्रवेश होण्याला त्या प्रतिबंध करतात.

३. ज्या घरात पुढचं व मागचं दार समोरासमोर असतं त्या घरात

त्या दोन दारांच्या मधे सुयोग्य ठिकाणी अशा घंटा टांगल्यास त्या 'की'चा प्रवाह नीट नियंत्रित करतात.

४. एखाद्या बोळात किंवा पॅसेजमधे उघडणारी अनेक दारं असली तर अशा ठिकाणी घंटा टांगणं उपयुक्त ठरतं.

बासऱ्या

१. बासऱ्या ह्या अधिक करून बांबूच्या बनलेल्या असतात आणि त्या 'की'चा परिणाम वृद्धिंगत करतात, वाढवतात.

२. घरातलं आढं कमी उंचीचं असलं किंवा तुळया, वासे उघडे असले तर दोन बासऱ्या लाल फितीनं एकत्र बांधून त्या तुळईखाली किंवा आढ्याखाली अशा रीतीनं बांधाव्या की त्यांची तोंड खालच्या दिशेनं असतील आणि त्या वरच्या तुळईशी किंवा आढ्याशी ४५° चा कोन करतील. असं केल्यानं आढ्याशी बा-गुआचा कोपरा तयार होतो आणि बासऱ्यांमधून वाहणारी 'की' आढ्यापर्यंत उंच जाऊन चांगली फिरू शकते.

३. बासऱ्यांमुळे दुष्ट शक्तींचा परिणाम निवारला जाऊन शांतता, स्वस्थता आणि सुरक्षितता लाभते.

४. बासरी वाजवल्यानं दुर्बल की हाकलली जाते आणि तिची जागा सबल की घेते.

५. बासरी हलवली किंवा झटकली की दुष्टात्मे पळून जातात.

रंग

१. रंग हे सुसंगती आणि सुमेळ यांचं प्रतीक असतात. त्यांच्यामुळे

नशीब बलवान होतं.

२. रंग विचारांना चालना देतात. कार्यक्षमता आणि आरोग्य वाढवतात.

३. अग्नितत्वाचा लाल रंग हा कीर्ती, सुदैव, भरभराट आणि बळाचा निदर्शक असतो.

४. लाल रंगाचा वापर पुरेश्या प्रमाणात करावा पण तो फार वापरल्यास अडचणी निर्माण होतात.

५. स्वयंपाकघरात व भोजनगृहात लाल रंग वापरल्यास तो पचनाला मदत करतो.

६. पिवळा रंग हा ऊर्जा आणि प्रसन्नता यांचं प्रतीक आहे. त्याच्यामुळे कीर्ती, प्रगती आणि ताकद प्राप्त होते.

७. बैठकीच्या खोलीत पिवळा रंग वापरल्यास सामाजिक संबंध खेळीमेळीचे आणि सुखकर राहतात. मैत्रीचे संबंध स्थापन होतात.

८. पांढरा रंग हा शुद्धतेचं प्रतीक असून चिनी लोक तो अगदी थोडा वापरतात. काही इमारतींमधेच तो वापरला जातो.

९. हिरवा रंग हा शांतता व ताजेपणा यांचं प्रतीक आहे. त्यांच्यामुळे आरोग्य, वाढ व प्रगती यांचा लाभ होतो.

१०. लाल व हिरवा रंगांचा एकत्रित वापर हा चांगला आणि शुभ समजला जातो.

●

फेंग शुई - अर्थ

१. फेंग शुई ही प्राचीन चिनी कला आहे. तिचा जन्म भारतात बुद्धाच्या हयातीत झाला.

२. मनुष्य आणि त्याचं दैव यांची सांगड परिसराशी घालणारी ती प्रणाली आहे.

३. सुख, समृद्धी आणि आरोग्य यांच्या प्राप्तीसाठी ती सहाय्यभूत होते.

४. आपल्या आयुष्यात ऐक्य आणि सुसंगती साधण्यासाठी सभोवताली काय व कसे बदल करावेत याचं ती आपल्याला मार्गदर्शन करते.

५. घराची योग्य अशी सजावट करण्यासाठी ती आवश्यक माहिती पुरवते.

६. आपलं घर/सदनिका/दुकान यासाठी योग्य ती रंगसंगती निवडायलाही ती मदत करते.

७. ती आतील परिसरासंबंधी उपयुक्त माहिती पुरवते आणि त्याच्यावर परिणाम करणाऱ्या शक्तींवर कसं नियंत्रण ठेवावं ते सुचवते.

८. सर्व बांधकामं- प्रवेशद्वारं, जिने, माळे इ. सहित फेंग शुईच्या नियमांप्रमाणे आखलेली असतात.

९. आपल्या पूर्वजांचं दफन चांगली फेंग-शुई असलेल्या स्थानांवर (अशा स्थानाला 'ड्रॅगन डेन' म्हणत) केल्यास त्यांच्या वंशजांना वैभव प्राप्त होतं अशी चिनी लोकांची श्रद्धा होती.

१०. एखाद्या टेबलाची किंवा एखाद्या पलंगाची जागा बदलून घरातील 'की'चा प्रवाह अडवला किंवा वाढवला जाऊ शकतो.

११. विश्वातील गुप्त, रहस्यमय शक्तींचा अन्वयार्थ लावून फेंग शुई परिसर-नियोजनाचा व्यावहारिक मार्ग दाखवून देते.

१२. फेंग शुईच्या दृष्टिकोनातून परिसर दोन प्रकारात मोडतो. भौतिक व दिशात्मक.

१३. पर्वत, टेकड्या, झाडं, नद्या, रस्ते, इमारती या प्रकारच्या दृश्य गोष्टी या भौतिक परिसराचा भाग असतात. घर, दुकान, इ.पासून या गोष्टी किती अंतरावर कशा स्थित आहेत त्याप्रमाणे त्यांचा आपल्यावर परिणाम होत असतो.

१४. चुंबकीय लहरी, वैश्विक किरण आणि ऊर्जा/शक्ती या गोष्टी म्हणजे दिशात्मक परिसर होत आणि त्या अदृश्य असतात.

१५. जेव्हा एखाद्या इमारतीत काही बदल करता येणं शक्य नसतं, तेव्हा आरसे, बासऱ्या, रंग, वाऱ्यानं किणकिणणाऱ्या घंटा यांसारख्या साध्या मूलभूत उपायांचा प्रयोग करता येतो.

●

यिन व यांग

१. 'ताओ' इझम हा चीनचा धर्म आहे आणि 'ताओ' (Tao) या शब्दाचा अर्थ आहे - मार्ग.

२. मानव आणि विश्व यांना जोडणारी क्रिया म्हणजे ताओ.

३. ताओ याला 'परमोच्च' असंही संबोधलं जातं.

४. 'यिन' आणि 'यांग' या एकमेकांना पूरक असणाऱ्या आणि विश्वावर नियंत्रण ठेवणाऱ्या शक्तींचा उगम ताओतून होतो.

५. चलनवलनातून ताओ यांगची निर्मिती करतो. ह्या चलनवलनानं कळस गाठला की ते शांत होतं.

६. या शांततेतून ताओ यिनची निर्मिती करतो.

७. अशाप्रकारे चलनवलन व शांतता, अस्थिरता व स्थिरता यांतून यिन आणि यांग प्रस्थापित होतात.

८. यिन व यांग एकत्र आले, त्यांचे मिलन झाले की त्यातून पृथ्वी, जल, अग्नि, काष्ठ (लाकूड) व धातू यांची निर्मिती होते.

९. या भौतिक शक्तींच्या संतुलित व सुसंगत वाटणीमुळे चार ऋतू चक्रनेमिक्रमानं चालू राहतात.

१०. यिन ही स्त्रीधर्मी, क्रियाहीन आणि (गडद किंवा) काळ्या रंगाची असते.

११. यांग ही शक्ती पुरुषी, क्रियाशील आणि (उजळ किंवा) शुभ्र रंगाची असते.

१२. या दोन्ही विरुद्ध शक्तींमधे नेहमी एकमेकांचा थोडा अंश असतो. काळ्या यिनमधे यांगचा बारीकसा ठिपका असतो तर शुभ्र यांगमधे यिनचा बारीकसा काळा ठिपका असतो.

१३. यिन व यांग हे एकमेकांवर अवलंबून असतात.

१४. शुभ्र किंवा उजळ यांग उन्हाळा आणि दक्षिण दिशा यांचा निदर्शक असतो तर काळ्या किंवा गडद यिनमुळे हिवाळा आणि उत्तर दिशा दर्शवली जाते.

१५. पांढरा यांग नेहमी वरती आणि काळी यिन नेहमी खाली

असते. चिनी दिशादर्शक यंत्रात (Compass) दक्षिण दिशा वर आणि उत्तर दिशा खाली असते.

१६. पृथ्वीचं प्रतिनिधीत्व करणारी यिन ही तुटक रेषा आणि चौरस या आकृत्यांनी दाखवली जाते तर स्वर्गाचा प्रतिनिधी असणारा यांग हा सलग रेषा आणि वर्तुळ या आकृत्यांनी दाखवला जातो.

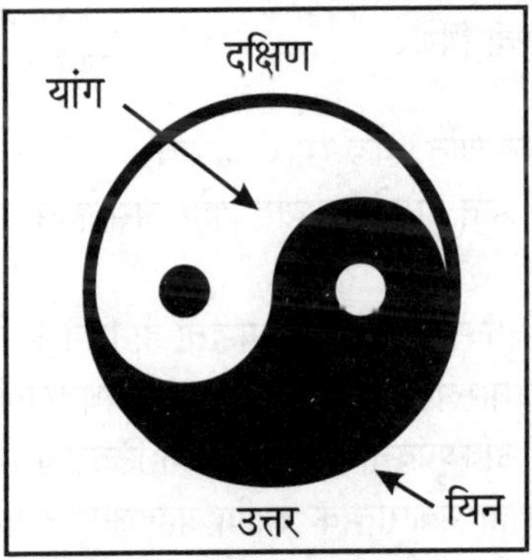

१७. यिन आणि यांग हे वेगवेगळ्या प्रमाणात सर्वत्र वास करतात.

१८. सुसंगती साधण्यासाठी त्या दोन्हींचं संतुलन असणं आवश्यक असतं.

उदा- एखाद्या कार्यालयातल्या भिंतींचा रंग ऊबदार असला तर

पृथ्वी यिन

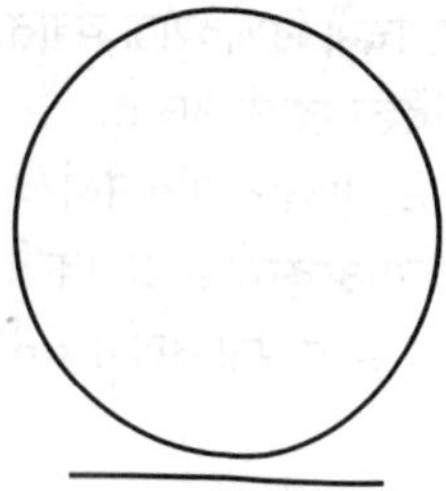

स्वर्ग यांग

त्यातलं फर्निचर शांत, थंड रंगाचं असावं.

१९. यिन आत असते तर यांग बाहेर असतो असा चिनी लोकांचा विश्वास आहे.

२०. ॲक्युपंक्चर ही उपचार पद्धती ही यिन आणि यांग यांच्या संतुलनावर आधारलेली आहे. शरीरातील बिघडलेलं संतुलन परत आणण्यासाठी ॲक्युपंक्चरिस्ट योग्य त्या ठिकाणी सुई खुपसतो.

२१. यिन ही नकारात्मक आणि ग्रहणक्षम असते तर यांग हा सकारात्मक आणि सर्जनशील असतो.

२२. यिन ही नमतं घेणारी अनुयायी असते तर यांग हा बलवान नेता असतो.

२३. यिनकडे जड शरीर असतं तर यांगजवळ उत्फुल्ल आत्मा असतो.

२४. यिन ही चलनवलन आणि पदार्थ/वस्तू यांचं प्रतिनिधित्व

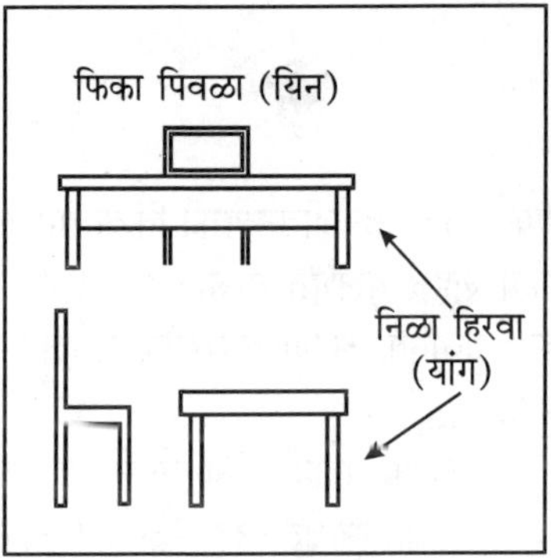

करते तर यांग हा स्फूर्ती आणि चैतन्य यांचा प्रतिनिधी असतो.

२५. यिन ही छाया असते, आर्द्र आणि नरम असते तर यांग हा सूर्य असतो. रूक्ष आणि टणक/कठीण असतो.

२६. यिन गडद/काळी असते, रात्रीची प्रतिनिधी असते तर यिन उजळ/शुभ्र असतो आणि दिवसाचं प्रतिनिधित्व करतो.

२७. यिन ऐहिक असते तर यांग दैवी असतो.

२८. यिन आतील आणि खालील गोष्टींची निदर्शक असते तर यांग हा उच्च आणि बाह्य गोष्टी दाखवतो.

●

की

१. 'की' म्हणजे प्राण, ही जीवनशक्ती किंवा वैश्विक श्वास आहे.

२. 'की'हे फेंग शुईचं मूलभूत तत्त्व आहे.

३. शारीरिक, भावनिक आणि परिसरीय संतुलन साधणारा तो मूलभूत श्वास आहे.

४. 'की' ही मन आणि पदार्थ यांना जोडणारा दुवा असते. ती संदेश देते आणि कार्यही करवून घेते. उदा.-ती आपल्याला हलण्याचा संदेश देते आणि हलवते सुद्धा.

५. ती मानवाला त्याच्या परिसराशी जोडते.

६. जलद वाहणं आणि स्तब्ध उभं राहणं, विकास आणि अधोगती, वाढ आणि कमी होणं या प्रक्रिया ती निर्माण करते.

७. एखाद्या खोलीतून वाहणारी किंवा वावरणारी 'की' ही सुखद, आरामदायक, उपयुक्त वातावरण निर्माण करते, चैतन्य निर्माण करते.

८. खोलीत आरसे असल्यास, त्यांच्यावरून 'की' परावर्तित होते आणि खोलीत उत्साही वातावरण निर्माण होतं.

९. 'की' ज्या दारातून प्रवेश करते त्या दारातून ती बाहेर पडत नाही. म्हणून तिच्या वाहण्याच्या दिशेनं सर्व दरवाजे उघडता यावेत. म्हणजे सर्व खोल्यांमधे फिरून 'की' बाहेर पडेल.

१०. खोलीला एकच दार असलं आणि खिडकी नसली तर 'की' त्या खोलीत फिरत राहते आणि तुंबून राहते.

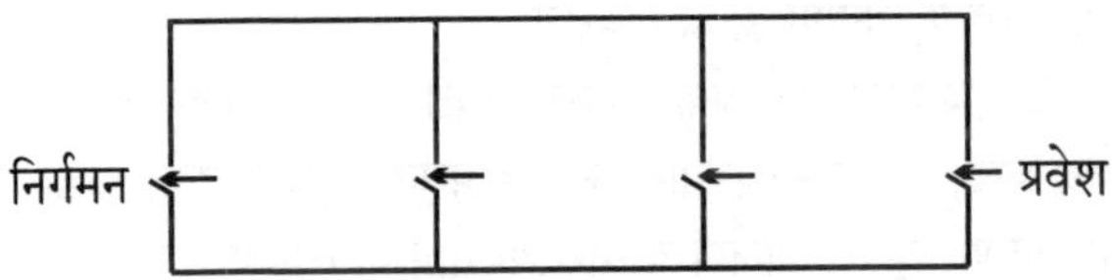

की चा प्रवेश व निर्गमन

११. जिवंत 'की'मुळे ऊर्जा निर्माण होते तर तुंबलेल्या, मृत 'की'मुळे वाढ खुंटते.

१२. यिन आणि यांगचं संतुलन साधलेलं असलं म्हणजे 'की' ही जिवंत, उत्साही असते. पण यिन आणि यांग असंतुलित असले तर खोलीत प्रवेश करणारी 'की' मृत असते.

उदा.-एखाद्या गॅरेजला एकच दार असलं आणि ते दार बहुतेक वेळा बंद राहत असलं तर त्या गॅरेजमधे मृत 'की' असेल. म्हणून अशा गॅरेजवर झोपण्याची खोली असू नये.

१३. एखाद्या ठिकाणी चैतन्याचा श्वास फुंकल्यानंतर 'की' जेव्हा विखरून जाते, ऱ्हास पावते तेव्हा त्या ठिकाणी 'शा'चा, 'की'च्या विरुद्ध गुण असलेल्या शक्तीचा प्रवेश होतो.

१४. 'शा' ही एक नकारात्मक शक्ती असते. तुंबलेलं पाणी, पाण्याचा निचरा न होणारी जमीन अशा ठिकाणांवर ती तरंगत असते.

१५. ती जमिनीतून निघते किंवा थंड, बोचऱ्या वाऱ्यांमधून संरक्षक भिंती, कुंपण इ. मधे घुसते.

१६. 'शा'चा एक प्रकार सरळ रेषेत प्रवास करतो. हा प्रकार रेल्वेचे रूळ, टेलिफोनच्या तारा, नद्या इ.मधून वाहत असतो. झाडांच्या रांगा लावणं, कुंपण घालणं यासारख्या गोष्टींनी त्याला अडवता येतं.

१७. 'शा' एखाद्या ठिकाणी साठून राहिल्यास परिसरावर आणि आपल्या आरोग्यावरही परिणाम होतो.

१८. उपकारक असलेली 'की' ही शांत, सौम्य लहरीच्या रूपानं सावकाश वाहत असते तर अपायकारक असलेली 'शा' सरळ रेषांमधून वेगानं प्रवास करते.

●

मूलतत्त्वे

१. विश्वातील सर्व गोष्टींचं नियंत्रण आणि नियमन पाच मूलतत्त्वं करतात.

२. काष्ठ (लाकूड), अग्नि, पृथ्वी, जल आणि धातू ही पाच मूलतत्त्वं आहेत आणि ती फेंग शुईची आवश्यक तत्त्वं आहेत.

३. व्यक्तीची 'की' आणि परिसर यांच्यात ही तत्त्वं सुसंवाद साधतात व तिला वळण देतात.

४. प्रत्येक मूलतत्त्वाचा एक विशिष्ट रंग, ऋतू आणि दिशा असते.

५. ऋतुमानाप्रमाणे या तत्त्वांच्या बलात फरक पडतो.

मूलतत्त्व	दिशा	रंग	ऋतू
काष्ठ	पूर्व	हिरवा	वसंत
अग्नि	दक्षिण	लाल	ग्रीष्म
पृथ्वी	मध्य	पिवळा	–
जल	उत्तर	काळा	शिशिर
धातू	पश्चिम	पांढरा	पानगळ

मूलतत्त्व व त्यांचे संबंध

६. काष्ठ हे वनस्पतीच्या वाढीचं निदर्शक आहे आणि सर्व

वनस्पती वसंतात वाढतात.

७. ग्रीष्मात जेव्हा सूर्याचा ताप सर्वाधिक असतो तेव्हा अग्नीही सर्वात जास्त वाढतो.

८. पृथ्वीच्या मध्यभागी असलेलं मूलतत्त्व हे तटस्थ असतं. त्यामुळे त्याचा परिणाम वर्षभर जाणवतो.

९. हिम व बर्फ यांच्याशी जोडलेलं जल हे मूलतत्त्व हिवाळ्यात अधिक बलवान होतं.

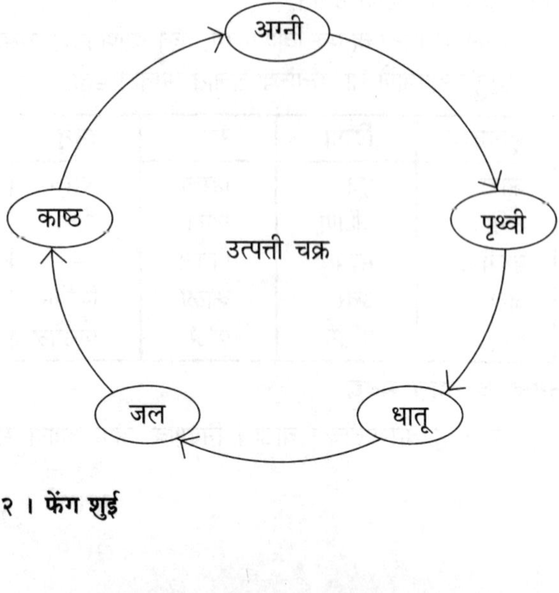

१०. पानगळीच्या दिवसात जेव्हा काष्ठं दुर्बल असतात आणि पानं गळून पडतात तेव्हा धातू बलवान होतो.

११. ही मूलतत्त्वं एकमेकांवर परिणाम करतात आणि चक्रनेमिक्रमानं एकमेकांची निर्मिती व नाश करत राहतात.

१२. एकत्र असलेली आणि एकमेकांवर परिणाम करणारी मूलतत्त्वं चक्राकार पद्धतीनं कार्य करत राहतात.

उदा. – अग्नी हा राखेच्या रूपातल्या पृथ्वीची निर्मिती करतो.
पृथ्वी खनिजाच्या रूपात धातू निर्माण करते.
धातू जल निर्माण करतो.
जल काष्ठाची निर्मिती करतं.
काष्ठ अग्नी निर्माण करतं.

१३. एकाआड एक येणारी मूलतत्त्वं एकमेकांचा नाश करतात.

उदा. – पृथ्वी (माती, दगड इ.) पाण्याला प्रदूषित करते.
जल अग्नी विझवतं.
अग्नी धातूला वितळवतो.
धातू काष्ठ कापतो.
काष्ठ पृथ्वीला दुखापत करतं.

१४. प्रत्येक मूलतत्त्व त्याच्या आधीच्या मूलतत्त्वावर अवलंबून असतं.

१५. प्रत्येक मूलतत्त्व त्याच्या आधीच्या एकाआड एक येणाऱ्या मूलतत्त्वानं नियंत्रित केलं जातं.

उदा. हिरवा रंग दिलेल्या खोलीतल्या फर्निचरचा आणि फरशीचाही रंग हिरवा असला तर अशा खोलीत राहणारी व्यक्ती आपला बराचसा वेळ कल्पनेच्या विश्वात घालवेल. वास्तविकतेपासून दूर राहील. याच्यावर उपाय म्हणजे पांढऱ्या किंवा लाल रंगाचं फर्निचर, गालिचा

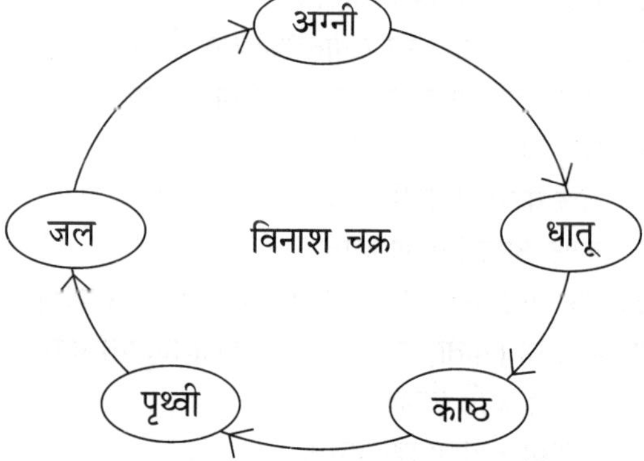

किंवा पडदे वगैरे वापरणं. पांढरा (धातूचा रंग) हिरव्याला (काष्ठ-रंगाला) कापतो आणि परिणामाचं संतुलन साधतो तर लाल (अग्नीचा रंग) खोलीत सुसंगती आणतो कारण काष्ठातून अग्नी निर्माण होतो.

१६. सर्व वस्तूंचे -इमारती, डोंगर इ. आकारांवर या पाच

मूलतत्त्वाचं नियंत्रण असतं.

१७. सर्व उभ्या गोष्टी, वस्तू, उदा. उंच इमारती, उंच आणि बारीक झाडं, खांब इ. काष्ठाचं प्रतिनिधित्व करतात.

१८. टोक असलेली कौलारं किंवा छप्परं, चर्चच्या इमारतींची निमुळती टोकं, पर्वतांची शिखरं यासारख्या गोष्टी अग्नी (अग्नीच्या

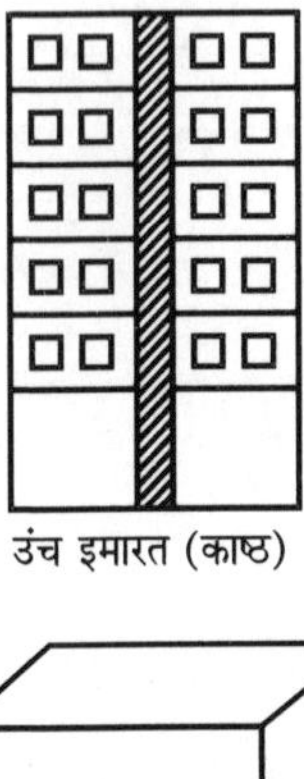

उंच इमारत (काष्ठ)

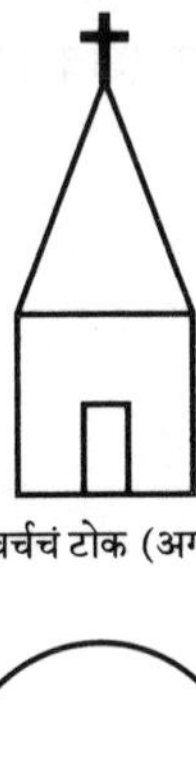

चर्चचं टोक (अग्नी)

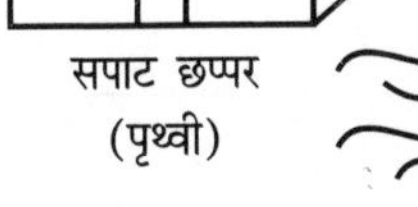

सपाट छप्पर
(पृथ्वी)

लाटा (जल)

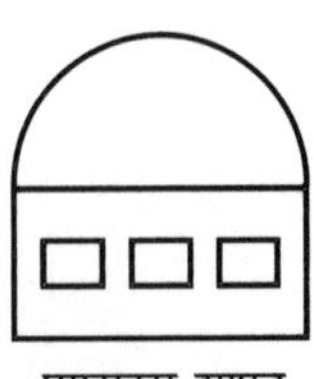

घुमटाकार इमारत
(धातू)

ज्वाला) निदर्शित करतात.

१९. पृथ्वी ही सर्वसाधारणपणे सपाट असल्यामुळे सपाट छपरं, पठारं यांसारख्या गोष्टी तिचं प्रतिनिधित्व करतात.

२०. धातू हा घुमटाकार इमारती, गोलाकार टेकड्या यांनी दर्शवला जातो. (तो नाण्यांप्रमाणे गोल समजला जातो.)

२१. पाण्याला ठराविक आकार नसल्यामुळे ते साधारणपणे लाटांनी दर्शवलं जातं.

त्रि-रेषाकृती

१. काही अखंड रेषा व काही तुटक रेषा मिळून तीन रेषांच्या समूहाला त्रि-रेषाकृती म्हणतात.

२. फेंग शुईमधे आठ त्रि-रेषाकृतींचा वापर केला जातो.

३. त्रि-रेषाकृतींचा जनक असलेल्या फू-सी याला एकदा एक कासव दिसलं. त्या कासवाचं काही वेळ निरीक्षण केल्यावर फू सी याला असं वाटलं की कासवाच्या पाठीवर दिसणाऱ्या पद्धतशीर चिन्हांमधे (कासवाच्या पाठीच्या पृष्ठभागावरची रचना ही एखाद्या मुद्दाम काढलेल्या प्रमाणबद्ध आकृतीसारखी दिसते) जणू सगळं विश्वच प्रतिबिंबित झालेलं आहे. त्रि-रेषाकृतींचा त्यानं एक क्रम निश्चित केला आणि त्याला नाव दिलं 'आधीचा स्वर्ग क्रम.' (Former Heaven Sequence)

२००० वर्षांनंतर राजा वेन आणि त्याचा ड्यूक चाऊ यांनी त्याची रचना बदलली. या नवीन रचनेला नाव दिलं, 'नंतरचा स्वर्ग-क्रम.' (Late Heaven Sequence)

४. या स्वर्गीय क्रमाची सुरवात एका साध्या रेषेनं होते. एक रेषा यिन व एक रेषा यांग दर्शवते.

यांग — स्वर्ग

यिन — निर्मिती

५. प्रत्येकी आणखी एक रेषा त्यात मिळवल्यास चार रचना मिळतात.

हिवाळा
उत्तर

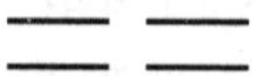

उन्हाळा
दक्षिण

पानगळ
पश्चिम

वसंत
पूर्व

६. आणखी एकेक रेषा मिळवून आपल्याला आठ रचना मिळतात. या प्रत्येक रचनेला एकेक चिनी नाव आहे.

की एन

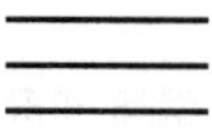

उत्तर-पश्चिम, स्वर्ग

कुन

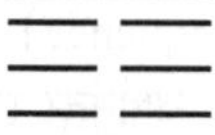

दक्षिण-पश्चिम, निर्मिती

केन

उत्तर-पूर्व, पर्वत

तुई

पश्चिम, जलाशय

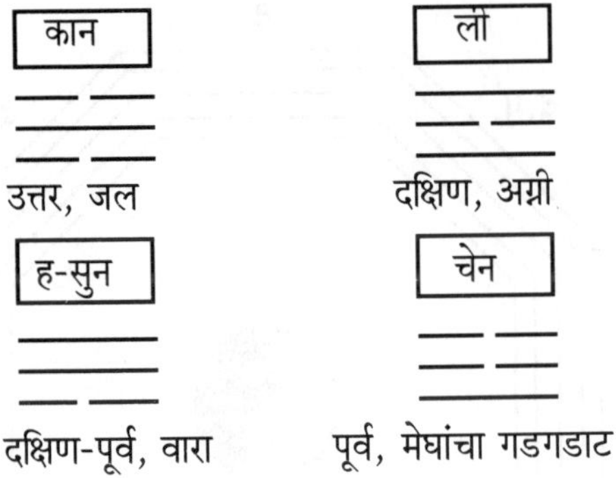

७. या आठ रचना म्हणजे त्रि-रेषाकृती आहेत. त्यांच्या या क्रमाला 'आधीचा स्वर्ग क्रम' (Former Heaven Sequence) म्हणतात. आणि हा क्रम अष्टकोनी आकृतीनंही दाखवता येतो.

८. हा आधीचा स्वर्गीय क्रम साधारणपणे आरसे, ताईत अशा वस्तूंवर पीडा निवारणार्थ रेखलेला असतो.

९. 'नंतरचा स्वर्गीय क्रम' (Later Heaven Sequence) हा चिनी खलाशांच्या होकायंत्रावर काढलेला आढळतो.

१०. अखंड रेषांनी पुरुषी स्वभावाचा यांग तर तुटक रेषांनी स्त्री स्वभावाची यिन दर्शवली जाते.

११. तीन अखंड रेषांनी बनलेली कीएन ही बलवान त्रिरेषाकृती म्हणजे पित्याचं चिन्ह आहे तर तीन तुटक रेषांनी बनलेली कुन ही

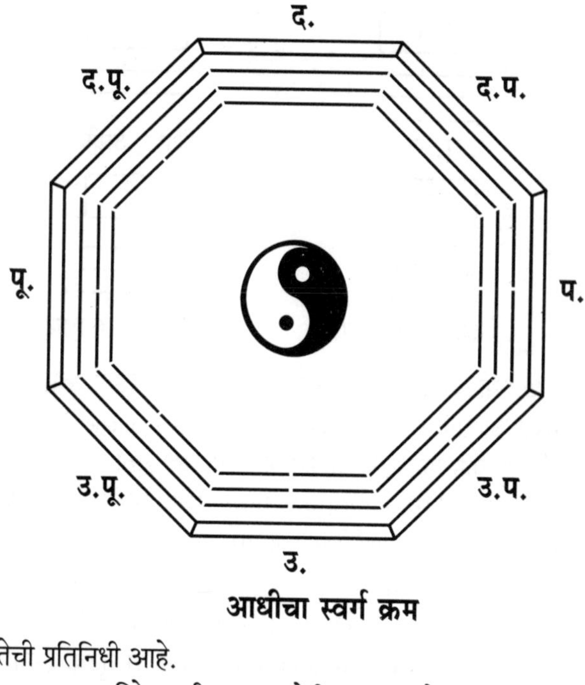

आधीचा स्वर्ग क्रम

मातेची प्रतिनिधी आहे.

१२. आठ त्रिरेषाकृती तक्त्यामधेही दाखवता येतात.

१३. प्रत्येक त्रि-रेषाकृतीची जागा ठरलेली असते.

१४. त्रि-रेषाकृतीचं नाव, तिचे गुण आणि तिच्यामुळे मिळणारा

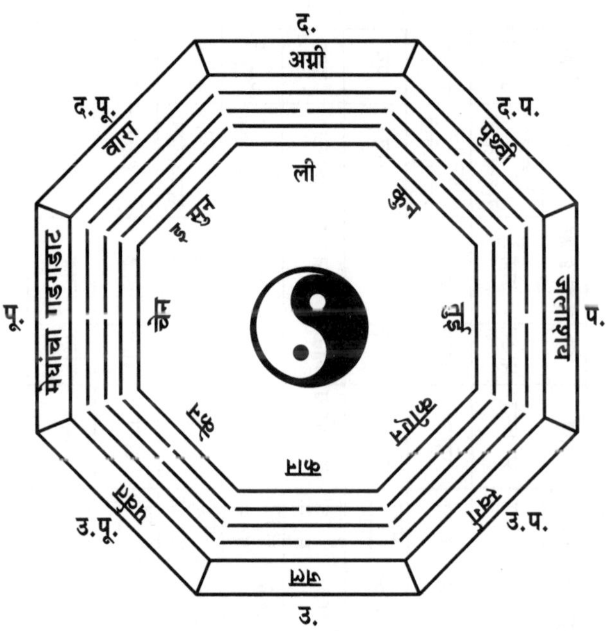

नंतरचा स्वर्ग क्रम

संकेत, कधीही बदलत नाही.

१५. उदा. -तीन अखंड रेषांनी बनलेली त्रि-रेषाकृती कीएन ही नेहमी पुरुष आणि स्वर्ग यांचा संकेत करते आणि अधिकार हा तिचा

त्रि-रेषाकृती	चिन्ह	मूलतत्त्व	व्यक्ती	गुण	रंग	शरीराचा भाग	ऋतू	दिशा
☰	स्वर्ग	धातू	पिता	अधिकार	पांढरा	डोकं	हिवाळा सुरुवातीचा	उ., प.
☷	पृथ्वी	पृथ्वी	माता	पोषण	काळा	पोट	पानगळ सुरुवातीची	द., प.
☳	ढगांचा गडगडाट	काष्ठ	मोठा मुलगा	वेग, रस्ते	हिरवा	पाऊल	वसंत	पूर्व
☵	जल	जल	मधला मुलगा	चाक, धोका	काळा	कान	हिवाळा	उत्तर
☶	पर्वत	पृथ्वी	धाकटा मुलगा	अडथळे	पांढरा	हात	वसंत सुरुवातीचा	उ., पू.
☴	वारा	काष्ठ	मोठी मुलगी	वाढ, अन्न	हिरवा	नितंब	उन्हाळा सुरुवातीचा	द., पू.
☲	अग्नी	अग्नी	मधली मुलगी	अग्नी	लाल	डोळे	उन्हाळा	दक्षिण
☱	जलाशय	धातू	धाकटी मुलगी	आनंद	पांढरा	तोंड	पानगळ	पश्चिम

गुण असतो. तर तीन तुटक रेषांनी बनलेली त्रि-रेषाकृती कुन ही नेहमी स्त्री आणि पृथ्वी यांचा संकेत करते आणि पोषण हा तिचा गुण असतो. थोडक्यात म्हणजे कीएन ही पुरुष-स्वभावाची असते तर कुन ही स्त्री-स्वभावाची असते.

जागेची निवड

१. घर ज्या जागेवर बांधायचं ती जागा आणि भोवतालचा परिसर या गोष्टी फेंग शुईच्या दृष्टीनं फार महत्त्वाच्या असतात.

२. इमारती, झाडं, तळी, नद्या, पर्वत, टेकड्या, रस्ते, दिव्याचे खांब, विजेचे खांब इ. गोष्टी 'की'च्या प्रवाहावर परिणाम करतात.

३. एखादी यशस्वी व्यापारी पेढी जवळपास असल्यास त्या भागात उपकारक 'की'चा प्रवाह वाहतो आहे असं सूचित होतं आणि म्हणून तिथली जागा निवडायला हरकत नाही.

४. जागा निवडताना तिथली माती, भोवतालचा परिसर, आसपास राहणाऱ्यांची आर्थिक स्थिती, जमिनीचा आकार आणि जवळपास असणाऱ्या जनावरांचं आरोग्य या गोष्टींचा विचार करणं महत्त्वाचं असतं.

५. भोवतालच्या गवताचा रंग चांगला रसरशीत हिरवा असावा. त्यावरून तिथे 'की'चा प्रवाह मुक्तपणे वाहत असल्याचं सूचित होतं.

६. जिथे रोपं नीट वाढत नाहीत अशी जागा टाळावी.

७. तिथली वरच्या थरातली माती स्वच्छ आणि सच्छिद्र असावी. ती ओली किंवा वालुकामय नसावी.

८. उंचावरची जागा मालकासाठी नेहमी उपकारक ठरते. अशा जागेची मागची बाजू ही पुढच्या बाजूपेक्षा उंच असावी.

चौरस चांगला
प्लॉट

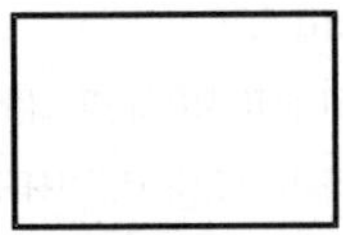

काटकोनी चांगला
प्लॉट

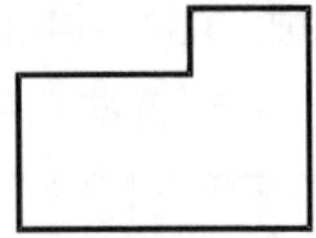

अनियमित खराब
प्लॉट

९. मागच्या बाजूला उंच जागा किंवा टेकडी आणि पुढच्या बाजूला सखल जागा किंवा समुद्र किंवा एखादं खोरं असल्यास अशी जागा आदर्श ठरेल.

१०. काटकोनी किंवा चौरस जागा चांगली समजली जाते.

११. अशा प्लॉटमधे घर मध्यभागी असावं.

१२. वर्तुळाकृती प्लॉटच्या मध्य भागी असणारं चौरस घर सुदैवी

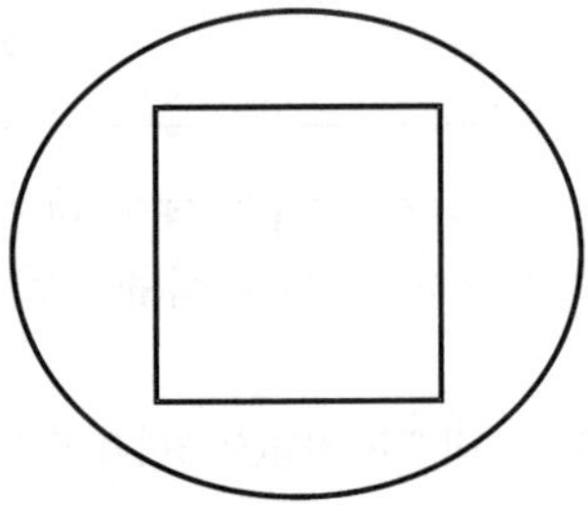

वर्तृळाकृती प्लॉटमधे चौरस घर

ठरतं. आणि संपत्ती मिळवून देतं.

१३. त्रिकोणी प्लॉट चांगला समजला जात नाही. अशा प्लॉटमधे घर बांधताना त्रिकोणाच्या कोणत्याही कोनासमोर दार असू नये आणि ते कोन झाकण्यासाठी त्यांच्या समोर झाडं लावावीत किंवा ध्वजस्तंभ उभारावा.

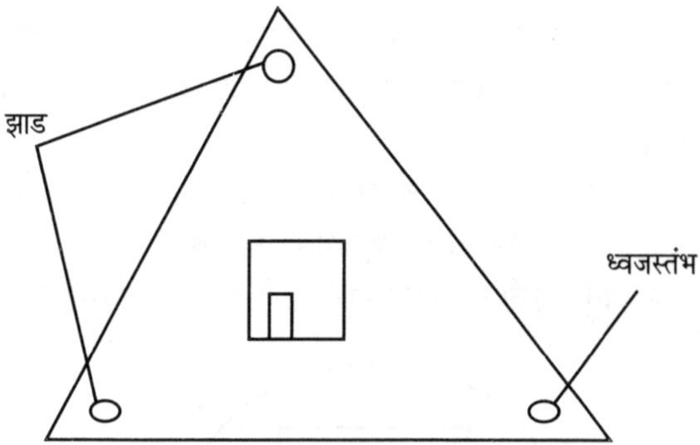

१४. धार्मिक इमारतींसाठी लंबवर्तुळाकार प्लॉट सर्वात उत्तम. कारण त्यांची हद्द ठरवणाऱ्या बहुतेक भिंतींभोवती इतर इमारती असतात.

१५. प्लॉट समलंब चौकोन असला आणि त्याची पुढची बाजू लहान किंवा अरुंद असली तर अशा जागेत घर बांधताना घरासमोर

लंबवर्तुळाकार प्लॉटमधे धार्मिक इमारती

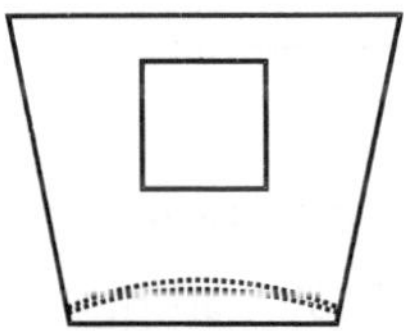

समोरचा वळणदार रस्ता

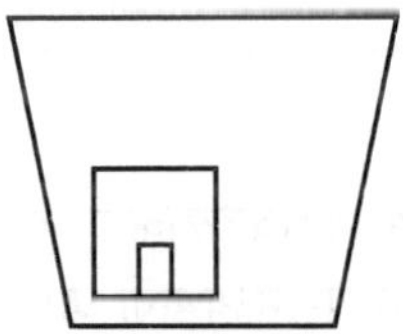

प्लॉटच्या अरुंद भागात

एखादा वळणदार रस्ता किंवा कमानदार हिरवळीचा रस्ता अशा प्रकारचं एखादं वळण ठेवावं. प्लॉट पुढच्या बाजूला रूंद असला तर घर अरुंद बाजूला असावं.

१६. समभुज चौकोनाच्या आकाराच्या प्लॉटमधे घर मध्यभागी किंवा समोरच्या बाजूला असलेलं चांगलं असतं. त्यामुळे तिथे राहणाऱ्याचा उद्योग-व्यवसाय-नोकरी चांगली चालते.

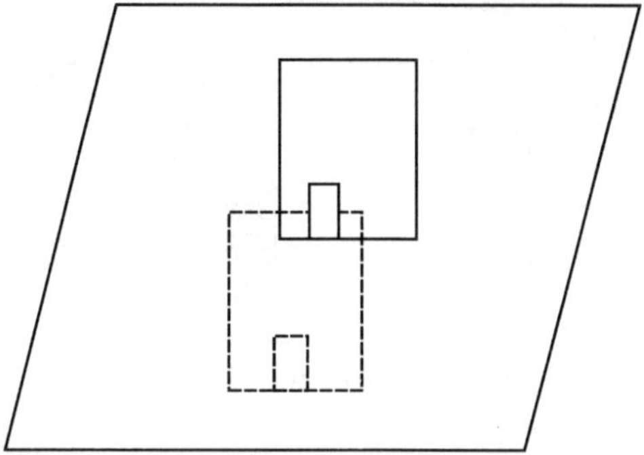

१७. अर्धवर्तुळाकृती प्लॉट फार चांगला समजला जातो. अशा प्लॉटमधे घर मध्यभागी बांधणं अतिशय उत्तम असतं.

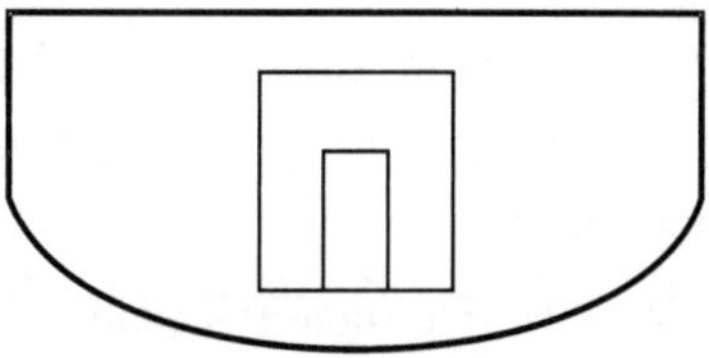

अर्धवर्तुळाकृती प्लॉटच्या मध्यभागी
असलेले घर

१८. चौरस किंवा काटकोनी घराचा पुढचा भाग अर्धगोल आकाराचा असल्यास तो वाढ दर्शवतो तर मागचा भाग अर्धगोलाकृती असल्यास तो संतुलित आयुष्य सूचित करतो.

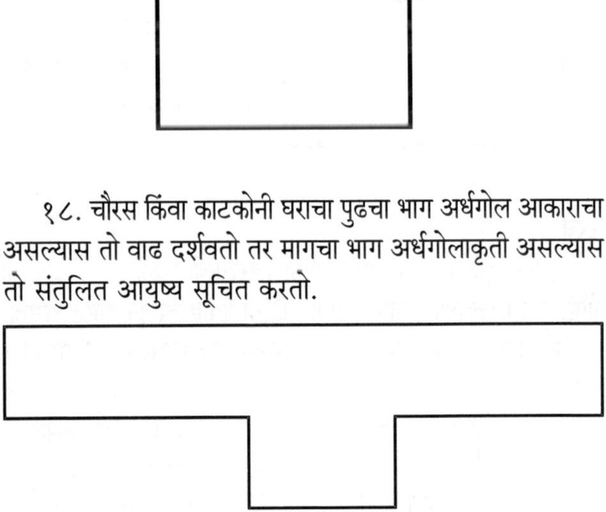

१९. इंग्लिश टी 'ऊ' आकाराच्या प्लॉटमुळे अनेक समस्या निर्माण होतात.

२०. इंग्लिश एल 'L' आकाराचा प्लॉटही अशुभ असू शकतो.

२१. फेंग शुईच्या मताप्रमाणे दक्षिणमुखी प्लॉट चांगला असतो.

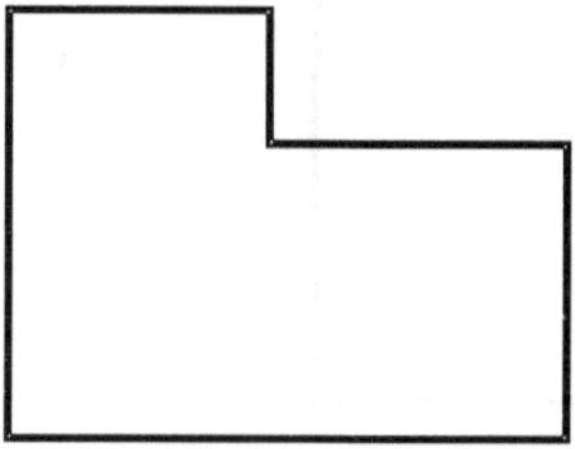

२२. घरासमोर मोठी, रिकामी जागा किंवा मोकळी जागा असल्यास ते चांगलं असतं. कारण त्यामुळे उन्हाळ्यात दक्षिणेचा वारा घरात खेळत राहतो.

रस्ते

१.फेंग शुईच्या विचारप्रणालीप्रमाणे रस्त्यांची रचना आणि दिशा या गोष्टी फार महत्त्वाच्या आहेत कारण 'की'चा प्रवाह त्यांतून वाहत असतो.

२. कीचा प्रवाह सौम्य आणि सुरळीत राहण्यासाठी परिसरातील नैसर्गिक वळणांप्रमाणे रस्ते बांधलेले असावेत. सरळ रस्त्यांमधून 'की' वेगानं वाहते आणि त्यामुळे तिचा परिणाम कमी होतो.

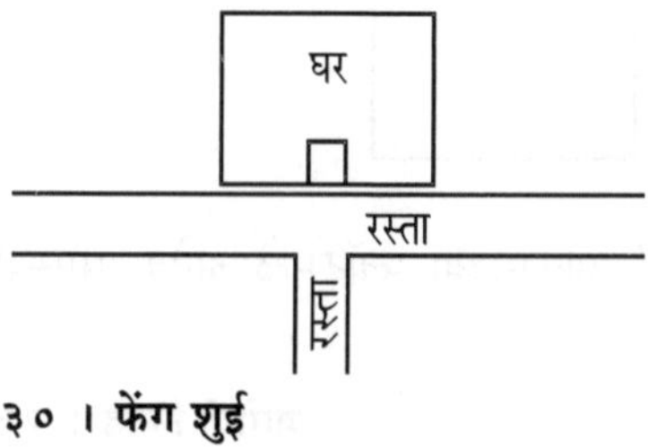

३. दोन रस्ते जिथे मिळतात तिथे इंग्लिश टी 'ऊ', आकाराचा तिठा तयार होत असला तर अशा तिठ्यासमोर घर बांधू नये. कारण अशा घरात राहणाऱ्या व्यक्तींना आरोग्याच्या आणि आर्थिक अडचणींचा त्रास होण्याची शक्यता असते.

४. एखाद्या रस्त्याच्या बंद टोकासमोर घर असल्यास तिथली 'की' कमकुवत असते. अशा वेळी घराच्या दारावर रस्त्याकडे तोंड करून आरसा लावणं हा उत्तम उपाय ठरेल.

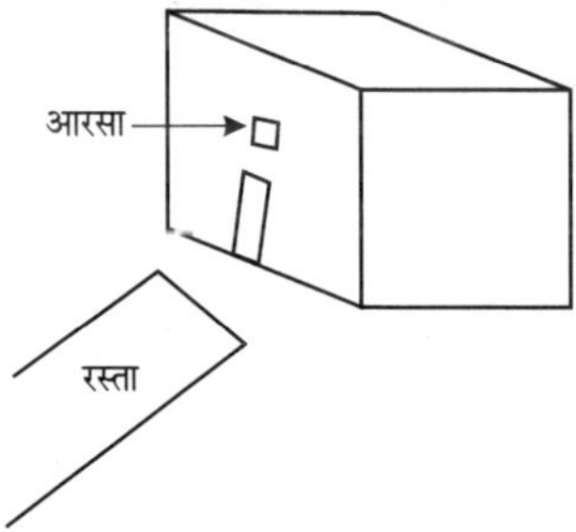

५. दोन किंवा अधिक रस्त्यांकडे तोंड करून घर असल्यास तिथली 'की' नष्ट होते. त्यामुळे तिथे राहणारी व्यक्ती नेहमी बचावात्मक पवित्रा घेते.

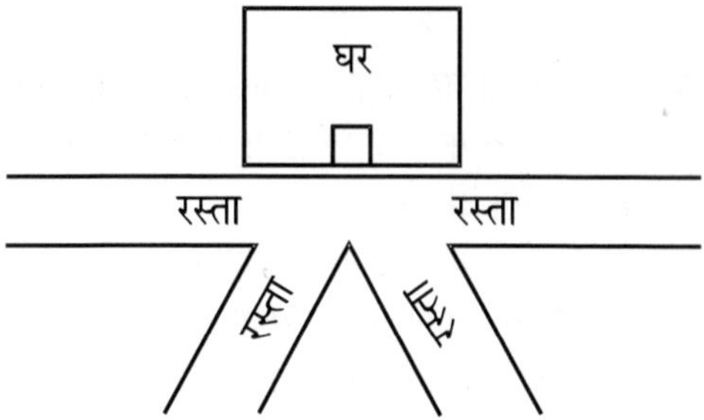

६. रस्त्याला घरासमोर तीव्र वळण असल्यास त्यामुळे व्यवसायातील नशीब कमी होतं.

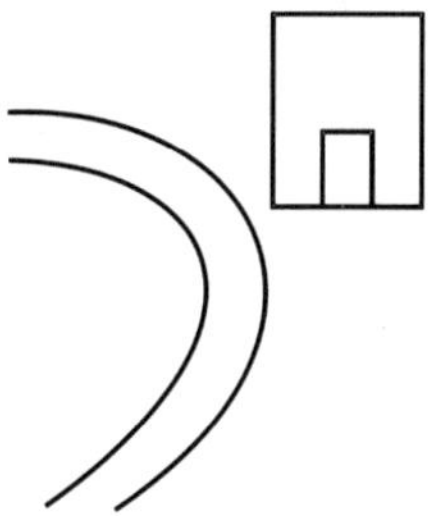

७. चौकात जर दोन रस्ते एकमेकांना इंग्रजी व्ही, 'V' आकारात मिळत किंवा छेदत असले आणि त्यांच्यासमोर घर असलं तर अशा

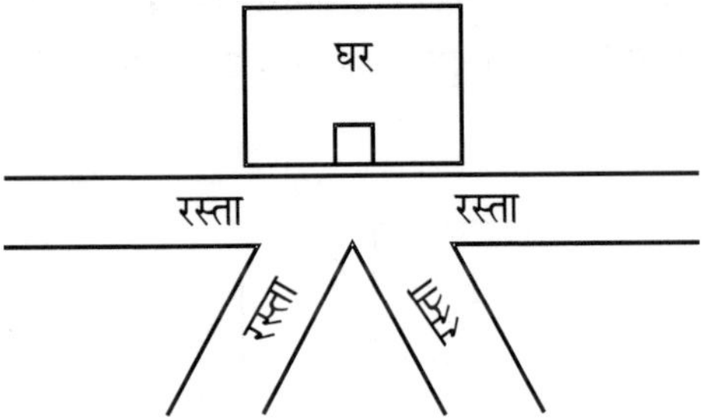

घरात राहणाऱ्या व्यक्तींपुढे नेहमी आरोग्याच्या समस्या उभ्या राहतात.

८. खूप रहदारी असणाऱ्या रस्त्याकडे तोंड करून असलेली दुकानं उत्तम असतात.

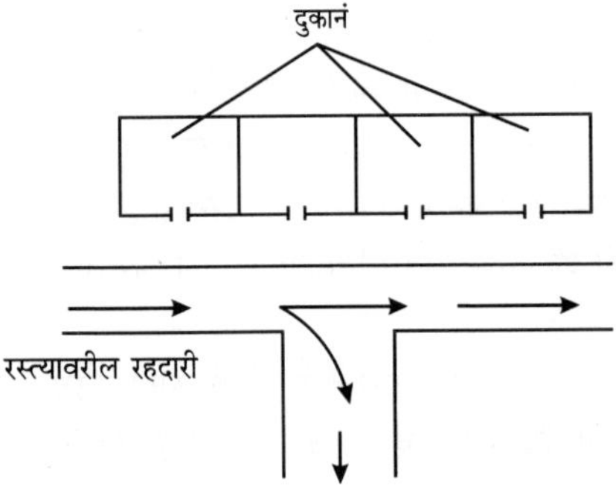

९. कोपऱ्यावर असलेल्या दुकानाचं दार कोपऱ्याकडे उघडत असल्यास व्यवसायाच्या दृष्टीनं अतिशय उत्तम असते.

झाडं, वृक्ष

१. पहाडी प्रदेश वगळता इतर भागात घराभोवती किंवा प्लॉटभोवती उंच आणि वेड्या वाकड्या कोनात वाढलेली झाडं असू नयेत.

२. पूर्ण वाढलेलं झाड जरी उंच असलं तरी ते कापू नये कारण ते वाढत असताना अनेक वर्षं गेलेली असतात आणि त्या काळात तिथल्या 'की'शी त्याचे संबंध निर्माण झालेले असतात, मैत्री झालेली असते.

३. घराच्या आसपास असलेली दुसरी काही दुर्दैवी घरं, स्मशानं यांसारख्या गोष्टींपासून झाडं घराचं रक्षण करतात.

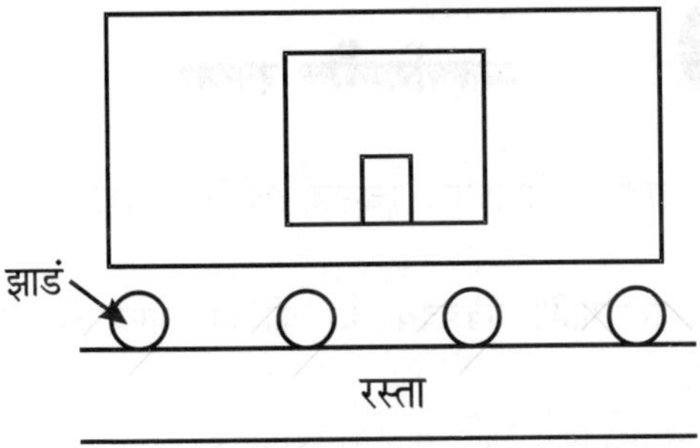

४. झाडांमधे भरपूर ‘की’ असते. त्यामुळे प्रदूषण, रहदारी, गोंगाट यांसारख्या गोष्टींपासून आणि बिघडलेल्या दूषित की पासूनही ती घराचं रक्षण करतात.

५. जलाशय

आपल्या जागेजवळ तलाव किंवा पाण्याची टाकी असणं चांगलं असतं कारण पाणी हे वैभवाचं चिन्ह आहे आणि ते चांगल्या ‘की’ला आकर्षित करतं.

●

अंतर्भागातील रचना

१. आतल्या भागातील रचनाही 'की'च्या प्रवाहावर परिणाम करते.

२. दारं आणि खिडक्या हे 'की'च्या येण्याजाण्याचे मार्ग असतात.

३. घरातले जिने आणि बोळ (passages/corridors) हे 'की'ला एका ठिकाणाहून दुसऱ्या ठिकाणी वाहून नेतात.

४. घराच्या आतले दरवाजे, विविध प्रकारचं फर्निचर, रोपं, पडदे इ. 'की'ला वेगवेगळ्या खोल्यांमधून मार्गदर्शन करतात.

दरवाजे

१. घराचं मुख्य दार प्रमाणशीर असावं. ते फार मोठं असू नये (ज्यामुळे दूषित की घरात घुसू शकते) आणि फार लहानही असू नये (ज्यामुळे 'की'च्या प्रवेशात अडथळा येतो)

२. घराच्या मुख्य प्रवेशद्वारासमोर काहीही अडथळे असू नयेत. त्याच्यासमोर भिंतही असू नये. अशा अडथळ्यांमुळे 'की' मुक्तपणे संचार करू शकत नाही.

३. घराचं मुख्य दार जिथे उघडतं ती जागा मोठी आणि मोकळी असावी. एखाद्या चिंचोळ्या खोलीत किंवा बोळात मुख्य दार उघडत

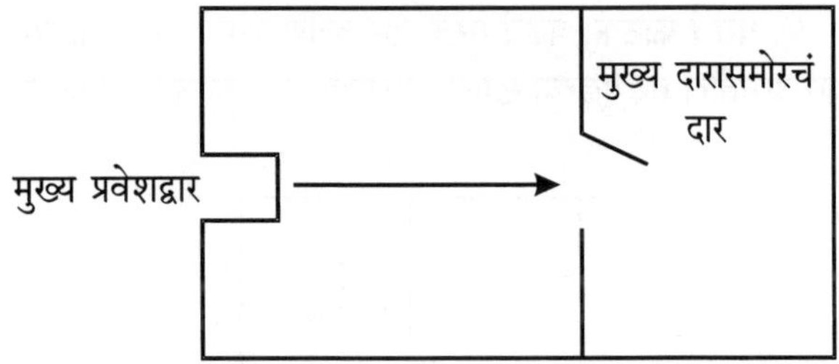

नसावं.

४. घराचं फाटक, पुढचं दार आणि मागचं दार एका सरळ रेषेत असू नयेत. तशी ती असल्यास की पुढच्या बाजूनं आत शिरून तडक मागच्या दारानं बाहेर पडेल. ती घरात खेळती राहणार नाही.

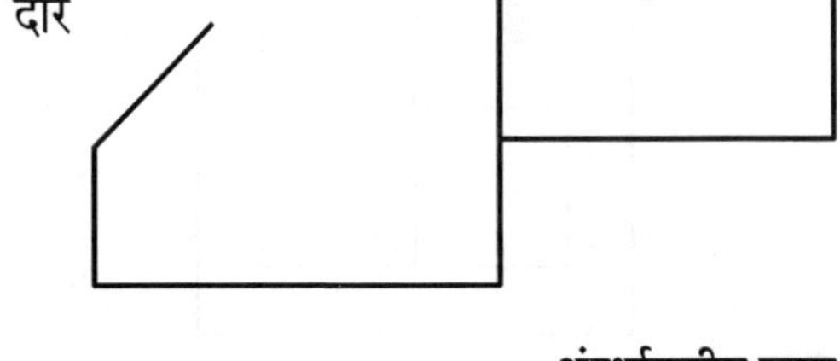

५. घराचं फाटक, पुढचं मुख्य दार आणि मागचं दार एका सरळ रेषेत असतील तर पुढच्या खोलीत किणकिणणाऱ्या घंटा टांगाव्यात,

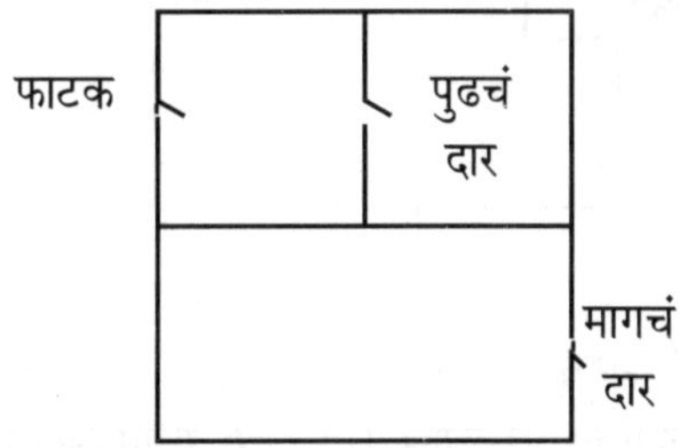

किंवा पुढच्या दारामागे पडदा लावावा, किंवा मागच्या दाराच्या पुढे पडदा लावावा.

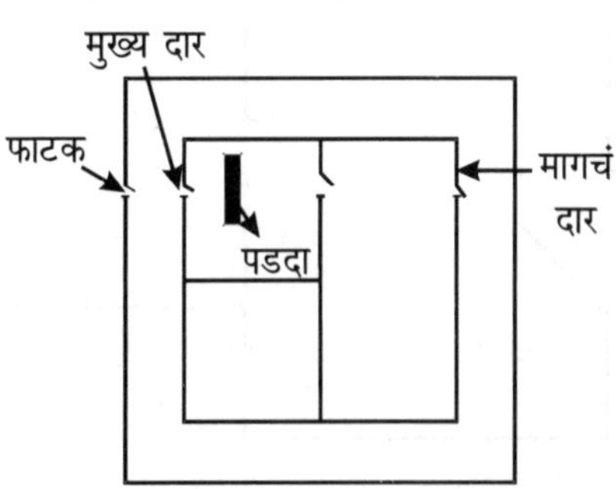

६. घरातील दरवाजांचं स्थान व दिशा योग्य असल्यास नशीब फळफळू शकतं. दाराचं स्थान कोणत्या दिशेला कोणतं फळ देतं ते पुढे दिलं आहे.

दक्षिण – कीर्ती व भरभराट

पूर्व – धन, संपत्ती

पश्चिम – मुलांसाठी कीर्ती

उत्तर – चांगला व्यवसाय व चांगले संबंध

दक्षिण-पूर्व (आग्नेय) – धन, संपत्ती

उत्तर-पूर्व (ईशान्य) – बुद्धीमत्ता व शैक्षणिक यश

उत्तर-पश्चिम (वायव्य) – प्रवास व नवीन उपक्रम

दक्षिण-पश्चिम (नैऋत्य) – सुख-शांती

७. घरातील दारं समोरासमोर असावीत.

८. पण दोन टॉयलेट्सची दारं समोरासमोर नसावीत.

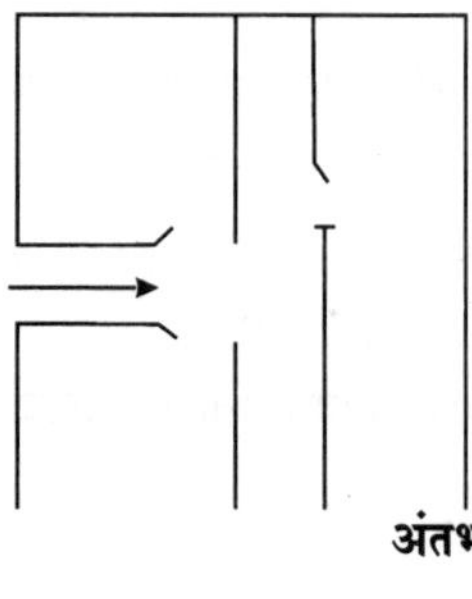

९. एखाद्या लहान दारासमोर जर मोठं दार असलं आणि ते बैठकीच्या किंवा झोपण्याच्या खोलीत उघडत असलं, तर लहान दार स्वयंपाक घरात किंवा बाथरूममधे उघडणारं असावं.

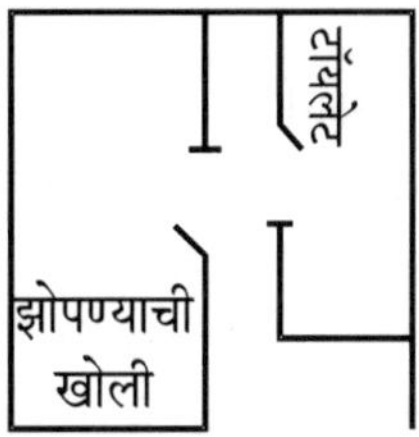

१०. दारं गंजलेली, कुरकुर आवाज करणारी असल्यास त्यामुळे 'की'चा प्रवाह सुरळीत रहात नाही. म्हणून दारांना नेहमी तेल, वंगण घातलेलं असावं.

खिडक्या

१. घराच्या खिडक्या बाहेर उघडणाऱ्या असाव्या. म्हणजे 'की'चा प्रवाह खोलीत चांगला खेळता राहील.

२. खिडक्यांची काचेची तावदानं फुटकी असल्यास नाक, डोळे व कानाच्या तक्रारी उद्भवू शकतात.

३. दारांच्या प्रमाणात खिडक्यांचा आकार बेताचा असावा. नाहीतर

त्या खिडक्यांमधून दूषित ‘की’ घरात प्रवेश करेल.

जिने

१. जिन्यांवरून ‘की’ वरखाली वाहते. म्हणून त्यांचं स्थान फेंग शुईच्या दृष्टीनं महत्त्वाचं आहे.

२. जिना चांगला रुंद असावा आणि तिथे पुरेसा प्रकाश असावा.

३. मुख्य दाराच्या लगेच समोर जिना असू नये. तसा तो असल्यास दूषित ‘की’, ‘शा-की’ गुपचुप आत शिरते आणि आयुष्यात येणाऱ्या चांगल्या संध्या वाया जातात.

४. सावकाश किंवा सौम्यपणे वळणारा जिना सर्वात उत्तम. अशा ठिकाणी ‘की’ संथपणे खोलीत वाहते आणि मग जिन्यावरून वर जाते.

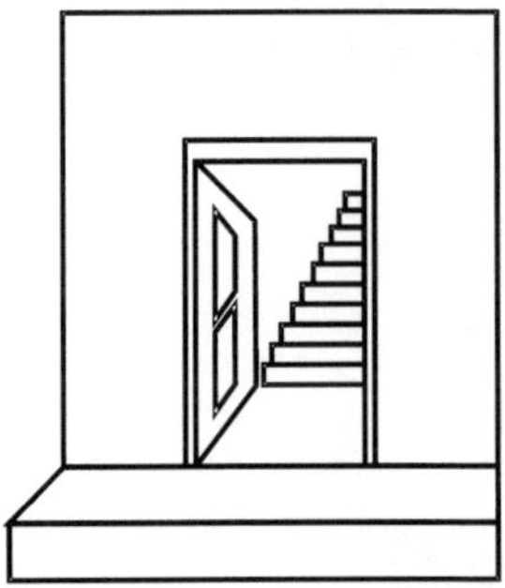

५. घराच्या मध्यभागी जिना बांधण्याचं टाळावं.

तुळया व खांब

१. खोलीतील तुळयांवर खोलीचा भार असतो. म्हणून तुळई खाली आपली झोपण्याची जागा, पलंग किंवा कामाची जागा आणि टेबल असू नये. तसं असल्यास आरोग्याच्या समस्या निर्माण होतात.

२. झोपताना डोक्यावर तुळई येत असल्यास डोकेदुखी, पोटदुखी, पोटाच्या इतर तक्रारी, पायांवरची सूज अशा तक्रारी निर्माण होतात.

३. फर्निचरची जागा बदलणं शक्य नसल्यास तुळईवर आरसा लावावा किंवा आढ्याच्या खाली कृत्रिम आढं (False Ceiling) तयार करून घ्यावं.

४. खांब हे नेहमी भिंतीत किंवा कोपऱ्यात असावेत म्हणजे 'की' मुक्तपणे फिरू शकते.

५. खांबांना तीक्ष्ण कडा नसाव्यात. अशा कडांमुळे 'की'चं संतुलन बिघडून ती नष्ट होते.

●

घरं

१. घरातला काळ सुख-शांतीत जाण्यासाठी घरातल्या प्रत्येक खोलीचं स्थान महत्त्वाचं आहे. खोली घरात कोणत्या ठिकाणी आहे हे महत्त्वाचं आहे.

२. प्रत्येक खोलीतलं फर्निचर आणि पडदे, अभ्रे, आवरणं या गोष्टीही फेंग शुईप्रमाणे असायला हव्यात.

झोपायची खोली/बेडरूम

१. झोपण्याची खोली, बेडरूम, ही घरातली सर्वात महत्त्वाची खोली आहे. कारण आपल्या आयुष्यातला एक तृतीयांश काळ आपण तिथे व्यतित करतो.

२. घराच्या मुख्य दारापासून दूर, मागच्या बाजूला असलेली बेडरूम आदर्श असते.

३. बेडरूमच्या कोपऱ्यात अंथरूण असावं किंवा पलंग ठेवलेला असावा म्हणजे दृष्टीला मोकळा भाग दिसतो, मोठा भाग दिसतो.

४. अंथरूण दाराच्या समोर असू नये.

५. झोपणाऱ्याचं डोकं पूर्वेकडे होईल अशारीतीनं अंथरूण असावं.

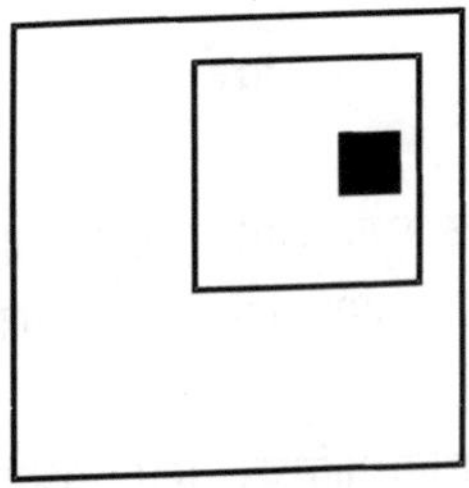

६. अंथरूण खिडकीच्यासमोर असू नये. तसंच ते भिंतीशी असलेलं चांगलं.

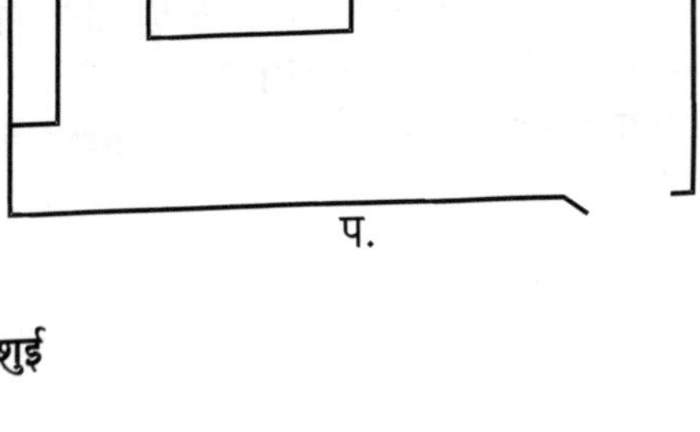

७. मुलांचं अंथरूण पूर्वेच्या बाजूला तर प्रौढांचं पश्चिमेला असावं.

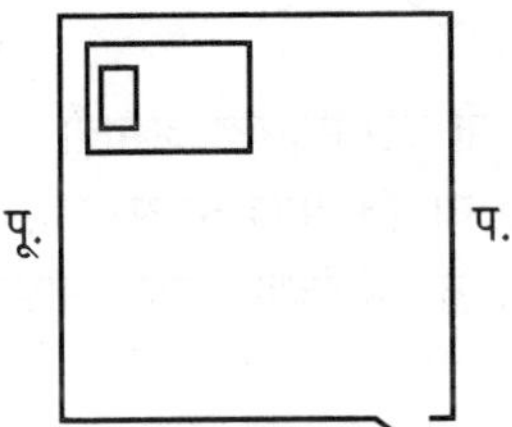

मुलांसाठी पलंग

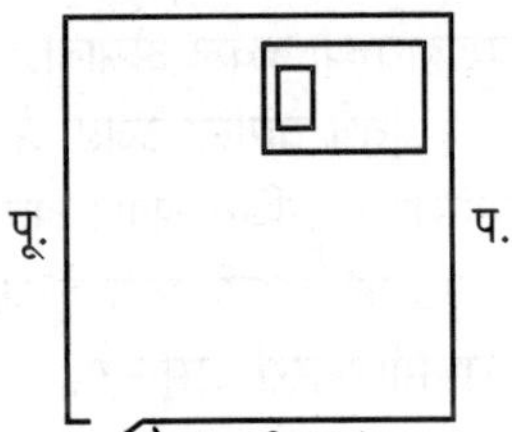

प्रौढांसाठी पलंग

८. पलंगावर किंवा अंथरुणावर झोपलेल्या व्यक्तीला दारातून आत येणारी व्यक्ती ताबडतोब दिसेल अशी अंथरुणाची जागा असावी.

९. बेडरूममध्ये फर्निचर थोडं असावं आणि जे असेल ते कोनाकृती नसावं तर शक्यतो गोलाकार किंवा त्याचे कोपरे गोलाकार केलेले असावे.

१०. भिंतींना सौम्य रंग द्यावा, चादरी, अभ्रे इ.चा रंगही सौम्य असावा आणि खोलीतला प्रकाश थोडा मंद, सौम्य असावा. म्हणजे तिथे शांतता आणि सुसंवाद नांदेल.

बैठकीची खोली/लिव्हींग रूम

१. आपल्या कुटुंबातली मंडळी, मित्रमंडळी, येणारे-जाणारे, असे सर्वजण बैठकीच्या खोलीत जमतात. म्हणून ती मुख्य दाराच्या किंवा प्रवेशद्वाराच्या जवळ असावी.

२. तिथे चांगला उजेड असावा, ती आरामदायक असावी. तिथे येणाऱ्यांना सुरक्षित आणि आरामशीर वाटावं अशी ती असावी.

३. फर्निचरची मांडणी करताना ते भिंतींच्या बाजूनं मांडावं. मध्यभागी फारसं असू नये.

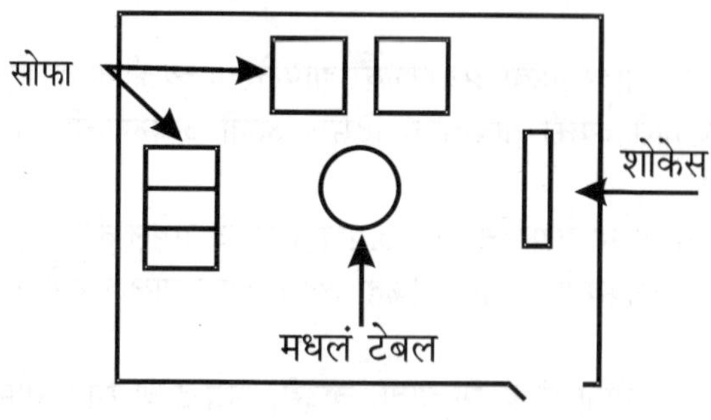

४. खिडकीकडे किंवा दाराकडे पाठ करून सोफा ठेवू नये. तसा तो असल्यास एखादा आरसा खोलीत अशा ठिकाणी लावावा की

खिडकीशी उभं राहणाऱ्या किंवा दारातून आत येणाऱ्या व्यक्तीचं प्रतिबिंब त्यात पडेल आणि ते सोफ्यावर बसलेल्या व्यक्तीला दिसेल.

५. खिडक्या बाहेर उघडणाऱ्या असाव्या.

६. भिंतीला किंवा भिंतीशी कुठल्याही तीक्ष्ण कडा नसाव्यात. तशा त्या असल्यास त्यांच्यासमोर रोपं ठेवून किंवा शोभेची चित्रं वगैरे टांगून त्या झाकून टाकाव्यात म्हणजे खोलीचं स्वरूप सौम्य होईल.

७. अनियमित आकाराच्या खोलीत आरसे आणि रोपं ठेवून वाईटाचं निवारण करता येतं.

८. कृत्रिम आढं (false ceiling) तयार करून वासे आणि तुळया झाकता येतात.

जेवणाची खोली/डायनिंग रूम

१. घराच्या प्रवेशद्वारातून जेवायची खोली दिसू नये. तशी ती दिसत असल्यास दोन्हींच्या मधे पडदा किंवा एखादं पार्टिशन असावं.

२. जेवणाचं टेबल गोल असलेलं चांगलं कारण वर्तुळाच्या आकारान स्वर्ग सूचित होतो. पण इतर आकारही चालतील.

३. जेवणाचं टेबल आणि खुर्च्या खोलीच्या मध्यभागी असाव्यात.

४. विशेष पाहुण्याला दाराकडे तोंड करून बसवावं.

५. जेवणाच्या खुर्च्यांची संख्या सम असावी.

विशेष पाहुणा

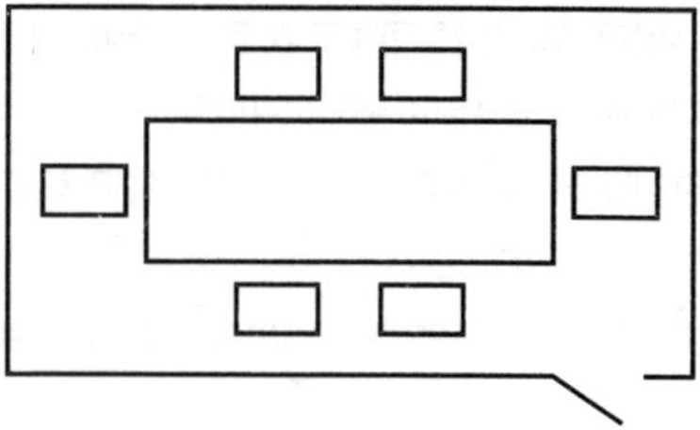

स्वयंपाकघर

१. स्वयंपाकघर हे संपत्तीचं चिन्ह समजलं जातं. ते पूर्वेला किंवा दक्षिण-पूर्वेला असावं.

२. दक्षिण ही अग्नीची तर पूर्व ही काष्ठाची दिशा समजली जाते.

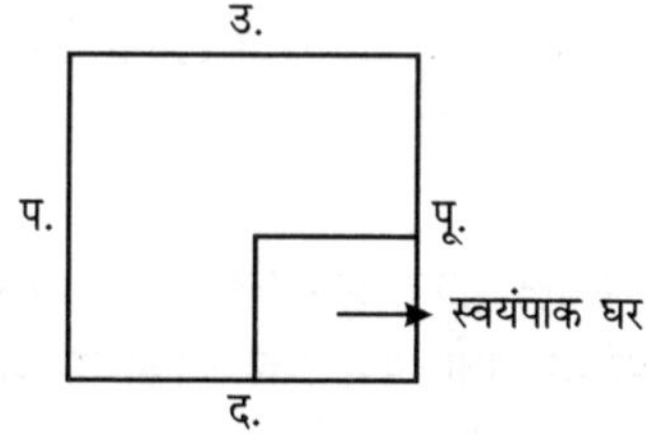

म्हणून स्वयंपाकघर दक्षिण-पूर्वेला असावं कारण स्वयंपाकघरात या दोन्ही मूलतत्त्वांची गरज असते.

३. गॅस, स्टोव्ह किंवा इलेक्ट्रिक शेगडी, ओव्हन, साधी शेगडी या वस्तू रेफ्रिजरेटरजवळ किंवा सिंकजवळ नसाव्यात कारण जल व अग्नी एकमेकांच्या विरोधात काम करतात.

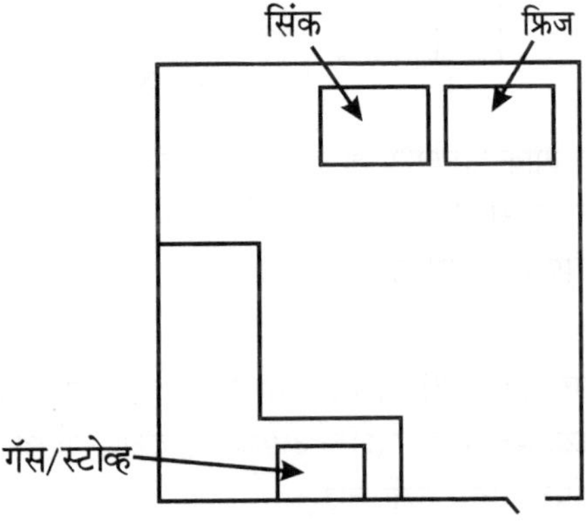

४. स्वयंपाकघराचं दार किंवा स्वयंपाक घरातील गॅस/स्टोव्ह इ. घराच्या मुख्य दाराकडे तोंड करून नसावे.

५. स्वयंपाकघर टॉयलेटकडे तोंड करून नसावं.

६. गॅस/स्टोव्ह इ. खिडकीखाली नसावा कारण त्यामुळे अन्नातली पोषक द्रव्यं निघून जातात.

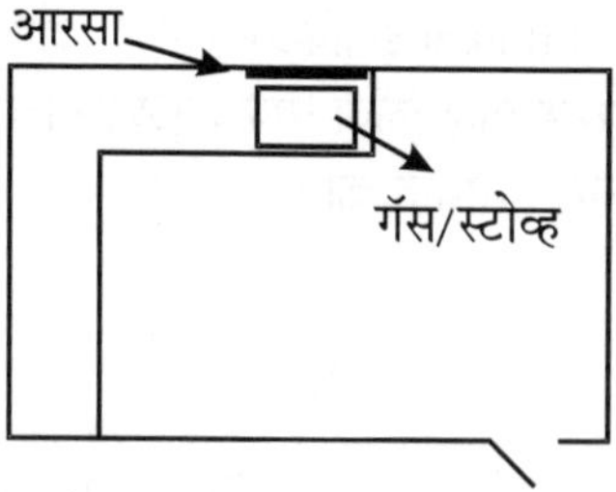

७. स्वयंपाक करणाऱ्याची पाठ दाराकडे नसावी. तसं असल्यास समोर एक आरसा टांगावा म्हणजे स्वयंपाक घरात प्रवेश करणारी व्यक्ती स्वयंपाक करणाऱ्याला दिसेल.

टॉयलेट

१. उत्तर दिशा ही जलतत्त्वाची दिशा आहे. म्हणून घरातलं टॉयलेट किंवा संडास त्या दिशेला असावा. तो दक्षिण-पूर्वेला असल्यास घरातली संपत्ती धुवून नेली जाईल.

२. टॉयलेटमधे चांगला उजेड असावा आणि हवा खेळती असावी घराच्या मुख्य दारासमोर टॉयलेट असू नये कारण त्यामुळे व्यक्तींच्या आरोग्यावर व संपत्तीवर परिणाम होतो.

३. पाणी व मल वाहून नेणारे पाईप बंद असावेत. खोलीतून बाहेर जाणारं पाणी दृष्टीस पडू नये अशी चिनी लोकांची पक्की समजूत आहे.

४. टॉयलेटमधे प्रवेश करताच त्याची सीट लगेच दृष्टीस पडू नये. आवश्यक असल्यास, आत शिरताच नजरेस पडेल अशा ठिकाणी एखादा आरसा किंवा वाऱ्यानं हलणाऱ्या घंटा टांगाव्या म्हणजे आत शिरताच त्याकडे लक्ष वेधलं जाईल.

५. टॉयलेटचं दार नेहमी बंद ठेवावं. टॉयलेट जर मुख्य दारासमोर असलं तर त्याच्यावर बाहेरच्या बाजूनं आरसा लावावा.

६. टॉयलेट जर एखाद्या बोळाच्या किंवा पॅसेजच्या टोकाला असलं तर त्यामुळे घरातील माणसांच्या आरोग्यावर परिणाम होऊ शकतो. अशा वेळी टॉयलेटबाहेर आरसा किंवा वाऱ्यानं हलणाऱ्या घंटा टांगाव्या.

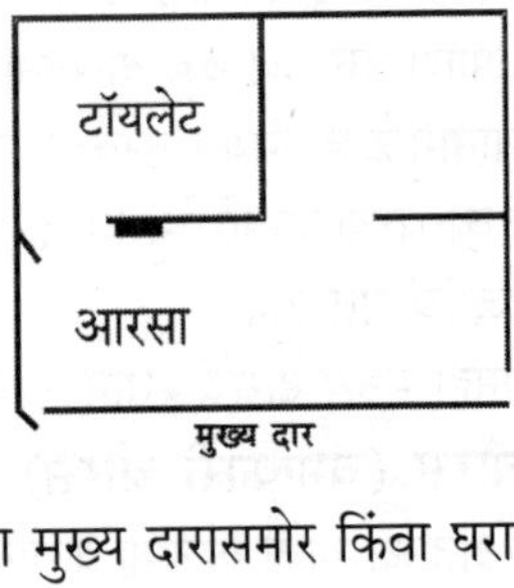

७. घराच्या मुख्य दारासमोर किंवा घराच्या मध्यभागी टॉयलेट नसावं.

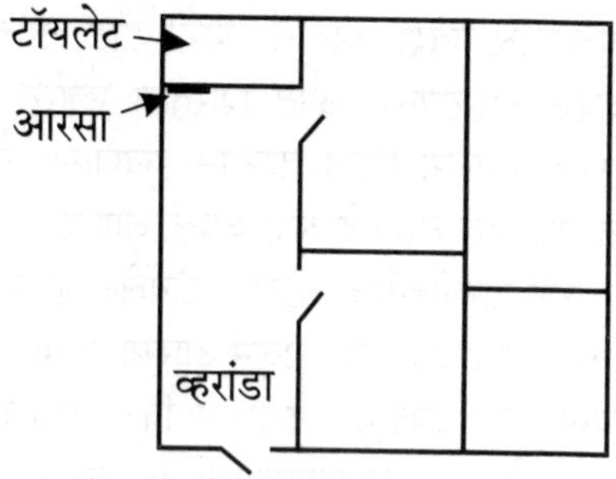

मुख्य दार

१. घराचा मुख्य दरवाजा दक्षिणेकडे असावा म्हणजे भरपूर सूर्यप्रकाश आत येईल आणि उत्तरेच्या थंड वाऱ्यांना प्रतिबंध होईल. (चीनच्या भौगोलिक स्थानामुळे हा नियम ठरवला गेला आहे.)

२. घरात राहणाऱ्या व्यक्तीच्या जन्मवेळेनुसार दाराचं स्थान ठरवावं असं काही फेंग शुई तज्ज्ञांचं मत आहे.

३. 'लो-शू' पद्धतीनंही मुख्य दाराचं स्थान ठरवता येतं.

लो-शू :- जादुचा चौरस (चमत्कारी चौरस)

१. अवकाश किंवा अंतरिक्ष याची कल्पना करण्यासाठी फेंग शुई मधे एका चौरसाची योजना केलेली आहे. या चौरसात विशेष गुण आहेत असं समजलं जातं. या चौरसाला लो-शू असं म्हणतात आणि घराच्या

प्रमुख दाराचं स्थान ठरविण्यासाठी याचाही आधार घेतला जातो.

२. लो-शू हा चौरस नऊ भागात विभागलेला असतो आणि प्रत्येक भाग एका दिशेचा प्रतिनिधी असतो.

३. या नऊ भागांमधे १ ते ९ हे आकडे अशा रीतीनं मांडलेले असतात की उभ्या, आडव्या किंवा तिरप्या भागांमधल्या आकड्यांची बेरीज प्रत्येक वेळी १५ येते.

४. ५ हा आकडा सोडून उरलेला प्रत्येक आकडा हा एका दिशेचा आणि एका त्रि रेषाकृतीचा निर्देश करतो.

५. प्रत्येक आकडा हा एक मूलतत्त्व, एक रंग, एक गुण, एक ऋतू आणि कुटुंबाचा एक सदस्य यांच्याशी संबंधित असतो. त्याच्यात यिन आणि यांग या दोन्हीचं मिश्रण असतं.

द.पू.	द.	द.प.
४	९	२
३	५	७
८	१	६
उ.पू.	उ.	उ.प.

(पूर्व बाजूस: पू. ; पश्चिम बाजूस: प.)

१ कान	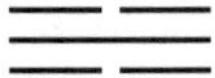	उत्तर
८ केन	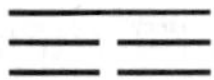	उ. पूर्व
३ चेन	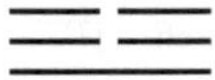	पूर्व
४ ह-सुन		द. पूर्व
९ लो		दक्षिण
२ कुन	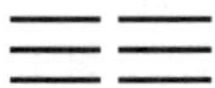	द. पश्चिम
७ तुई		पश्चिम
६ कीएन	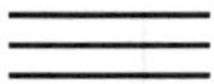	उ. पश्चिम

६. लो-शूच्या तत्त्वांचा विचार करून केलेल्या बांधकामाची अतिशय चांगली, शुभ फळं मिळतात. स्त्रियांसाठी व पुरुषांसाठी वेगवेगळे शुभांक लो-शूच्या नियमांप्रमाणे हिशोब करून काढता येतात आणि बांधकाम करताना हे शुभांक ध्यानात ठेवून त्याप्रमाणे बांधकाम केल्यास ते लाभदायक ठरतं. शुभांक १ ते ९ असतात.

जन्मवर्षानुसार पुरुषाचा शुभांक काढणे

१. ज्या पुरुषाचा शुभांक काढायचा असेल त्याच्या जन्मवर्षातील शेवटच्या दोन आकड्यांची बेरीज करावी.

२. ही बेरीज १०पेक्षा जास्त असल्यास तिच्या दोन आकड्यांची परत बेरीज करून एक अंकी आकडा घ्यावा.

३. ही आलेली संख्या १०मधून वजा करावी. जी बाकी उरते तो त्या पुरुषाचा शुभांक असेल.

उदा. जन्मवर्ष – १९४५

४ + ५ = ९

१० – ९ = १

१ हा त्या पुरुषाचा शुभांक आहे.

जर वजाबाकी शून्य आली तर शुभांक १ समजावा.

जन्मवर्षानुसार स्त्रीचा शुभांक काढणे.

१. ज्या स्त्रीचा शुभांक काढायचा असेल तिच्या जन्मवर्षातील शेवटच्या दोन आकड्यांची बेरीज करून एक आकडी संख्या करावी.

२. या संख्येत ५ मिळवावे.

३. येणारी बेरीज हा त्या स्त्रीचा शुभांक असेल.

उदा. जन्मवर्ष १९६७

६ + ७ = १३

१ + ३ = ४

४ + ५ = ९

९ हा त्या स्त्रीचा शुभांक असेल.

शुभांकाप्रमाणे दिशा

१. लो-शूच्या चौरसात असलेल्या आकड्यांच्या दिशेप्रमाणे शुभांकाची दिशा असते.

२. ५ हा आकडा चौरसात मध्यभागी आहे. त्याची दिशा दक्षिण-पश्चिम (नैऋत्य) असते.

३. घराचं मुख्य दार हे शुभांकाच्या दिशेला असावं.

४. काही फेंग-शुई तज्ज्ञ जन्मवेळेनुसार मुख्य दाराचं स्थान ठरवतात. त्यासाठी मूलतत्त्व आणि त्या मूलतत्त्वाशी संबंधित प्राणी यांचा ते उपयोग करतात.

५. फेंग-शुईच्या तत्त्वानुसार मुख्य दार हे आतील दारांपेक्षा मोठं असावं आणि सगळी दारं एकाच दिशेनं उघडणारी असावी.

जन्मवर्षानुसार शुभांक

पुरुष	द.	उ.पू.	प.	उ.प.	द.प.	द.पू.	पू.	द.प.	उ.
शुभांक	९	८	७	६	५	४	३	२	१
जन्मवर्ष	१९०१	१९०२	१९०३	१९०४	१९०५	१९०६	१९०७	१९०८	१९०९
	१९१०	१९११	१९१२	१९१३	१९१४	१९१५	१९१६	१९१७	१९१८
	१९१९	१९२०	१९२१	१९२२	१९२३	१९२४	१९२५	१९२६	१९२७
	१९२८	१९२९	१९३०	१९३१	१९३२	१९३३	१९३४	१९३५	१९३६
	१९३७	१९३८	१९३९	१९४०	१९४१	१९४२	१९४३	१९४४	१९४५
	१९४६	१९४७	१९४८	१९४९	१९५०	१९५१	१९५२	१९५३	१९५४
	१९५५	१९५६	१९५७	१९५८	१९५९	१९६०	१९६१	१९६२	१९६३
	१९६४	१९६५	१९६६	१९६७	१९६८	१९६९	१९७०	१९७१	१९७२
	१९७३	१९७४	१९७५	१९७६	१९७७	१९७८	१७७९	१९८०	१९८१
	१९८२	१९८३	१९८४	१९८५	१९८६	१९८७	१९८८	१९८९	१९९०
	१९९१	१९९२	१९९३	१९९४	१९९५	१९९६	१९९७	१९९८	१९९९
शुभांक	६	७	८	९	१	२	३	४	५
स्त्रिया	उ.पू.	प.	उ.पू.	द.	उ.	द.प.	पू.	द.पू.	उ.प.

जन्मवेळेनुसार शुभ दिशा

प्राणी	मूलतत्त्व	जन्मवेळ	दिशा
उंदीर	जल	११ रा - १ स.	उ.
बैल	पृथ्वी	१ स. - ३ स.	उ., उ.पू.
वाघ	काष्ठ	३ स. - ५ स.	उ., उ.पू.
ससा	काष्ठ	५ स. - ७ स.	पू.
ड्रॅगन	पृथ्वी	७ स. - ९ स.	द.पू
साप	अग्नी	९ स. - ११ स.	द.पू., द.
घोडा	अग्नी	११ स. - १ दु.	द.
बकरा	पृथ्वी	१ दु. - ३ दु.	द., द.प.
माकड	धातू	३ दु. - ५ सं.	प., द.प.
कोंबडा	धातू	५ सं. - ७ रा.	प.
कुत्रा	पृथ्वी	७ रा.- ९ रा.	प. उ.,प.
डुक्कर	जल	९ रा. - ११ रा.	उ., उ.प.

बाग-बगीचा

१. घराच्या चार बाजूंचं रक्षण चार प्राणी करत असतात असा चिनी लोकांचा विश्वास आहे. हे चार दिशांचे रक्षक आहेत –

पूर्व-हिरवा ड्रॅगन | उत्तर- पांढरा वाघ

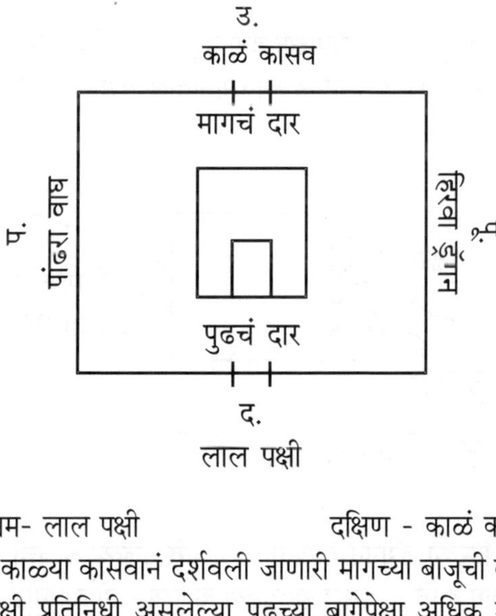

पश्चिम- लाल पक्षी | दक्षिण - काळं कासव

२. काळ्या कासवानं दर्शवली जाणारी मागच्या बाजूची बाग ही लाल पक्षी प्रतिनिधी असलेल्या पुढच्या बागेपेक्षा अधिक उंचीवर

असावी.

३. घरात राहणाऱ्यांचं संरक्षण व्हावं यासाठी मागची बाग (परसबाग) पुढच्या बागेपेक्षा मोठी असावी.

४. घराच्या मुख्य दाराच्या दिशेनं चढ असलेली अशी पुढची बाग नसावी कारण त्यामुळे कुटुंबात कलह निर्माण होतो आणि आर्थिक नुकसान होतं.

५. मागची बाग ही मागच्या दारापासून उताराची, उतरत जाणारी अशी नसावी कारण त्यामुळे व्यवसायातील यशाला उतरती कळा लागते.

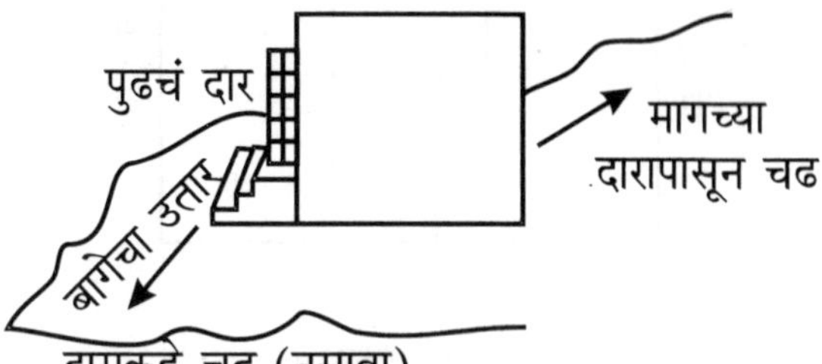

६. हिरव्या ड्रॅगननं दाखवली जाणारी उजव्या बाजूची बाग ही पांढरा वाघ हे चिन्ह असलेल्या डाव्या बाजूच्या बागेपेक्षा थोडी उंचावर असावी.

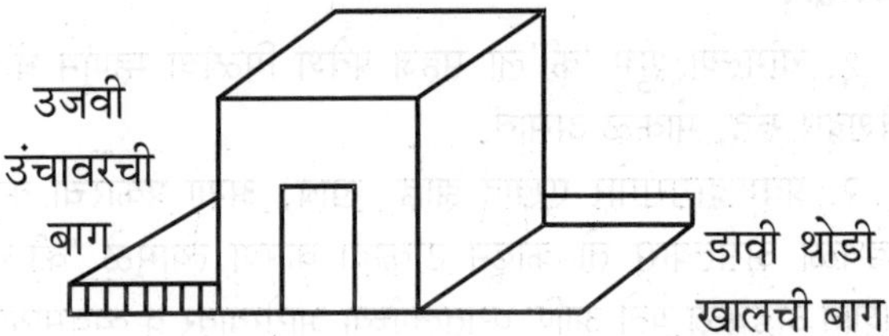

७. हिरवा ड्रॅगन आणि पांढरा वाघ यांच्यात नेहमी संतुलन असलं पाहिजे. तसं नसल्यास एक अधिक बलवान होऊन घरात राहणाऱ्यांना खूप समस्या आणि दुःख निर्माण करतो.

८. इंग्लिश 'एल' (L) आकाराचं घर वाईट किंवा अशुभ समजलं जातं. अशा वेळी घराच्या समोर नसलेल्या कोपऱ्याच्या जागी एखादं झाड लावावं म्हणजे अशुभाचं निवारण होतं.

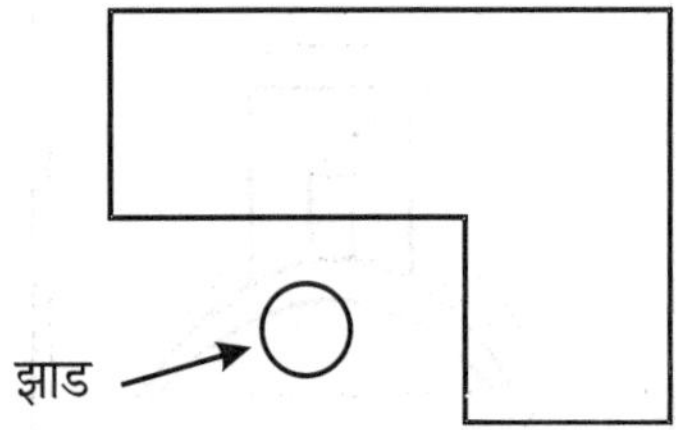

प्रवेशद्वार

१. चांगल्या/शुभ 'की'ला सहज प्रवेश मिळावा म्हणून घराचं प्रवेशद्वार रूंद, मोकळं असावं.

२. प्रवेशद्वारासमोर एखादं झाड, खांब, अशा प्रकारचा काही अडथळा असल्यास तो काढून टाकावा कारण त्यामुळे 'की'च्या प्रवेशात अडथळा येतो आणि घरातल्यांच्या आरोग्यावर व व्यवसायावर वाईट परिणाम होतो.

३. प्रवेशद्वाराकडे जाणारी वाट अरुंद आणि सरळ असली तर त्यामुळे 'की'च्या प्रवेशाला मर्यादा पडतात आणि अगदी थेट, सरळ वाट 'शा'ला आमंत्रित करणारी ठरते.

४. प्रवेशद्वाराकडे जाणारी वाट फार रुंद किंवा फार अरुंद असू नये तर फाटकाच्या आकाराच्या प्रमाणात असावी.

५. प्रवेशद्वाराकडे जाणारी वाट सौम्य वळण घेत जाणारी असलेली

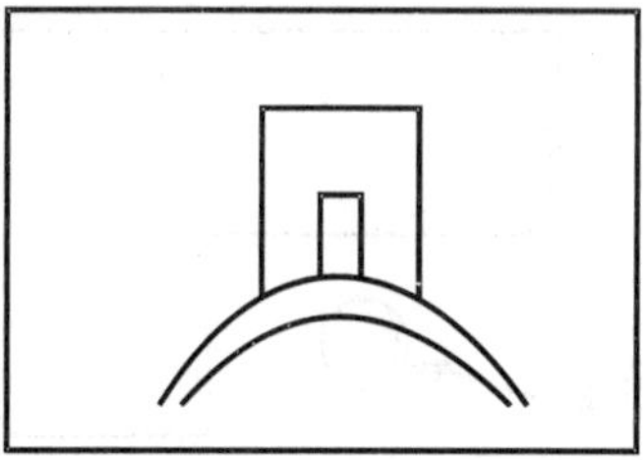

आदर्श होय.

६. घराच्या एका बाजूला आत येण्याची वाट असली तर 'की' त्या वाटेवरच राहील आणि रस्त्याला टाळेल. त्यामुळे घर चैतन्यहीन होईल.

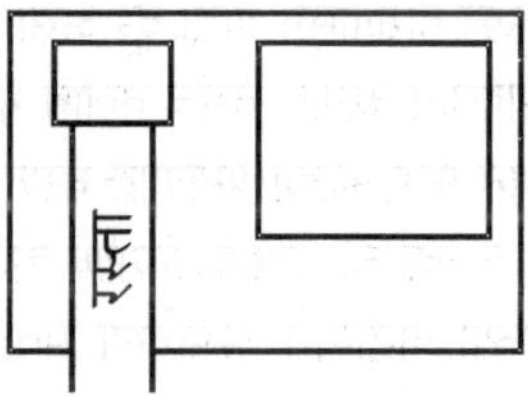

७. घराकडे जाणारी वाट फार रुंद असल्यास ती व्यवसायाचं नुकसान करते व आर्थिक भविष्य कमजोर होतं.

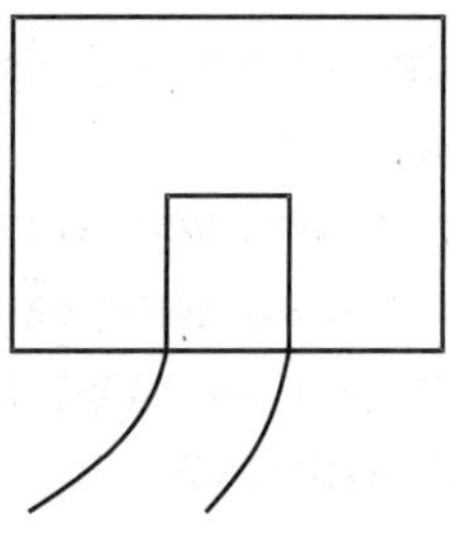

८. मुख्य दारापेक्षा अरुंद असलेली वाट घरात राहणाऱ्यांसाठी दुर्दैवी ठरते.

तळं/पोहण्याचा तलाव

१. जागा असली तर पोहण्याचा तलाव किंवा तळं बांधावं असं फेंगशुई म्हणते.

२. हा तलाव मुख्य दारापासून थोडा दूर असावा. नाहीतर काहीतरी अपघात होण्याची शक्यता असते. तसंच तलाव मुख्य दाराच्या अगदी जवळ असल्यास यिन फार मोठ्या प्रमाणात घरात प्रवेश करेल आणि त्यामुळे फुफ्फुसांची व त्वचेची दुखणी निर्माण होऊ शकतील.

३. तलाव घराच्या पाठीमागे असलेला सर्वात चांगला.

४. तलाव घरापेक्षा मोठा नसावा.

५. 'शा'चा प्रवेश घरात होऊ नये म्हणून तलावातील पाणी नेहमी स्वच्छ ठेवावं.

इमारती

१. इमारतीची किंवा घराची उंची ही भोवतालच्या इमारतींशी मिळती जुळती असावी.

२. आपल्या इमारतीच्या पाठीमागे अधिक उंच इमारत असणं चांगलं समजलं जातं कारण त्या इमारतीमुळे संरक्षण मिळतं.

३. दोन उंच इमारतींच्या मधे इमारत नसावी कारण त्यामुळे 'की'च्या मुक्त प्रवाहात अडथळा येतो.

४. चौरस आणि वर्तुळाकार इमारत उत्तम असते. चौरस इमारतीमुळे पृथ्वी व वर्तुळाकार इमारतीमुळे स्वर्ग सूचित होतो. काटकोनी इमारतही चांगली असते.

५. इंग्लिश 'यू' (U)च्या आकाराचं घर विवाहाच्या दृष्टीनं कमनशिबी समजलं जातं. फुलझाडांच्या किंवा रोपांच्या रांगा लावून यू आकाराचा परिणाम कमी करता येतो.

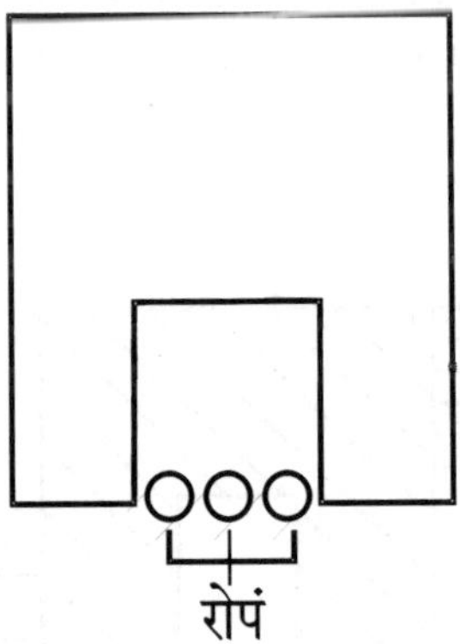

६. घराच्या उजव्या किंवा डाव्या बाजूला वाढीव बांधकाम करणं चांगलं नसतं. त्यामुळे आरोग्यावर परिणाम होऊ शकतो.

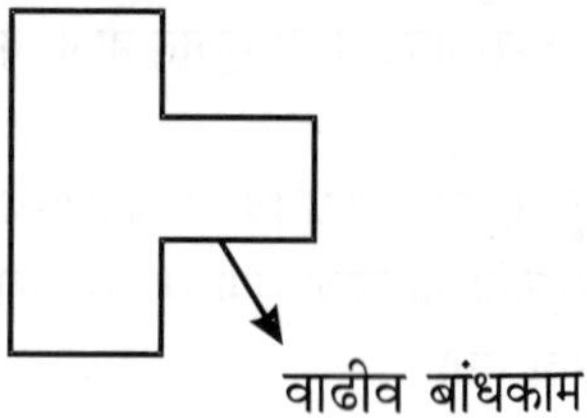

७. दक्षिण-पश्चिम आणि उत्तर-पूर्व बाजूंना घराचा पुढे आलेला भाग नसावा. असं प्रोजेक्शन दक्षिण-पूर्व व उत्तर-पश्चिम बाजूंना असलेलं चांगलं.

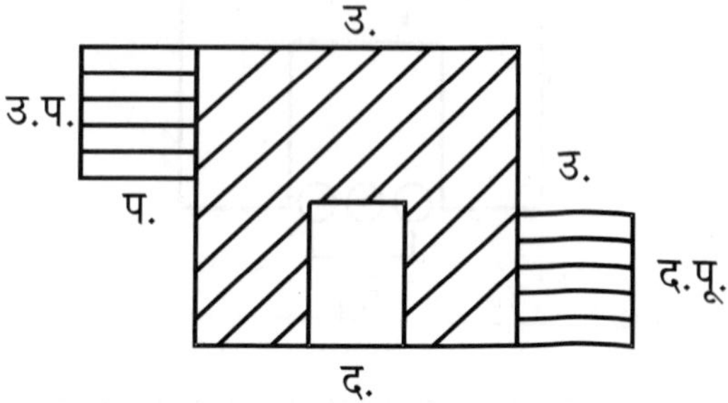